Guiding Through Bankruptcy: Key Principles and Practices in Insolvency Laws

ഗാർഹിക കടബാധ്യതയിൽ നിന്നും കരകയറുക: പാപ്പരാസി നിയമത്തിലെ പ്രധാന തത്വങ്ങളും രീതികളും

Rahul Kapoor

Guiding Through Bankruptcy: Key Principles and Practices in Insolvency Laws

The first edition was published in 2023

ISBN:
Published by:
Sunshine
1663 Liberty Drive
Hyderabad, IN 47403
www.Sunshinepublishers.com

This book is self-published using on-demand printing and publishing, which allows it to be printed and distributed globally

TABLE OF CONTENT

അദ്ധ്യായം 1: കടബാധ്യതയിൽ നിന്നും കരകയറുക: നിഗൂഢത വിസ്മരിക്കാം

- കടബാധ്യത എന്നാലെന്ത്? എന്തുകൊണ്ട് ഇത് പ്രധാനമാണ്?
- കടബാധ്യതയിലേയ്ക്ക് നയിക്കുന്ന കാരണങ്ങൾ: എപ്പോഴാണ് ആവശ്യമാകുന്നത്?
- വ്യക്തിഗത കടബാധ്യത vs ബിസിനസ് കടബാധ്യത: വ്യത്യാസങ്ങൾ മനസ്സിലാക്കൽ
- കടബാധ്യതയുടെ ഫലങ്ങൾ: നിയമപരവും സാമ്പത്തികവുമായ പ്രത്യാഘാതങ്ങൾ
- കടബാധ്യതയെക്കുറിച്ചുള്ള തെറ്റിദ്ധാരണകളും മിഥ്യകളും ദൂരീകരിക്കൽ

അദ്ധ്യായം 2: പാപ്പരാസി നിയമങ്ങളുടെ നിയമപരമായ വഴികൾ മനസ്സിലാക്കൽ

- പാപ്പരാസി നിയമത്തിന്റെ പ്രധാന തത്വങ്ങൾ: നീതി, സുതാര്യത, പുനരുദ്ധാരണം
- വ്യത്യസ്ത പാപ്പരാസി സംവിധാനങ്ങളുടെ ഹ്രസ്വ വിവരണം: അദ്ധ്യായം 7, അദ്ധ്യായം 13, മുതലായവ
- പാപ്പരാസി കോടതിയുടെ പങ്ക്, അതിന്റെ ധർമ്മങ്ങൾ
- കടബാധ്യക്കാരുടെയും പിണയക്കാരുടെയും അവകാശങ്ങളും ബാധ്യതകളും മനസ്സിലാക്കൽ
- നിയമോപദേശം തേടൽ: പ്രൊഫഷണൽ മാർഗനിർദേശത്തിന്റെ പ്രാധാന്യം

അദ്ധ്യായം 3: കടബാധ്യത യാത്രയുടെ തുടക്കം

- ഫയൽ ചെയ്യുന്നതിനു മുമ്പുള്ള തയ്യാറെടുപ്പ്: സാമ്പത്തിക സ്ഥിതിയും യോഗ്യതയും വിലയിരുത്തൽ
- ആവശ്യമായ രേഖകളും വിവരങ്ങളും ശേഖരിക്കൽ
- ശരിയായ തരത്തിലുള്ള കടബാധ്യതാ ഫയലിംഗ് തിരഞ്ഞെടുക്കൽ
- കടബാധ്യതാ ഹർജി പൂരിപ്പിച്ച് ഫയൽ ചെയ്യൽ
- യാന്ത്രിക സ്റ്റേ: കടബാധ്യക്കാരൻ-പിണയക്കാരൻ ബന്ധങ്ങളിലെ പ്രത്യാഘാതം

അദ്ധ്യായം 4: കടബാധ്യതയുടെ കാതൽ: കടബാധ്യതയും തിരിച്ചടവും

- കടബാധ്യതകൾ തിരിച്ചറിയുകയും തരം തിരിക്കുകയും ചെയ്യുന്നു: സുരക്ഷിതമായ vs സുരക്ഷിതമല്ലാത്ത, സ്വതന്ത്രമാക്കാവുന്ന vs സ്വതന്ത്രമാക്കാനാവാത്ത
- ഒഴിവാക്കൽ അവകാശപ്പെടൽ: അനിവാര്യമായ ആസ്തികളെ സ്വത്ത് നഷ്ടത്തിൽ നിന്ന് സംരക്ഷിക്കുന്നു
- അദ്ധ്യായം 13 തിരിച്ചടവ് പദ്ധതി വികസിപ്പിക്കുന്നു: സാമ്പത്തിക കുതിച്ചുയർച്ചയിലേക്കുള്ള റോഡ്മാപ്പ് സൃഷ്ടിക്കുന്നു
- പിണയക്കാരുമായി കടബാധ്യത തീർപ്പാക്കൽ ചർച്ചകൾ: ബദൽ പരിഹാരങ്ങൾ തേടുന്നു
- പിണയക്കാർ മീറ്റിംഗ്: ആശങ്കകൾ പരിഹരിക്കുകയും ഐക്യത്തിലെത്തുകയും ചെയ്യുന്നു

അദ്ധ്യായം 5: കോടതി കേൾവിയിലും ഡിസ്ചാർജിലും: നിർണായക മുഹൂർത്തം

- കടബാധ്യതാ കേൾവിക്ക് തയ്യാറെടുക്കൽ: എന്താണ് പ്രതീക്ഷിക്കേണ്ടതെന്ന് അറിഞ്ഞും എങ്ങനെ പ്രതികരിക്കണമെന്ന് മനസ്സിലാക്കിയും
- ചോദ്യങ്ങൾക്ക് ഉത്തരം നൽകുകയും തെളിവുകൾ നൽകുകയും ചെയ്യുന്നു: സുതാര്യതയും ഉത്തരവാദിത്തവും
- അദ്ധ്യായം 13 പദ്ധതിയുടെ സ്ഥിരീകരണം (ബാധകമാണെങ്കിൽ): തീരുമാനിച്ച വ്യവസ്ഥകൾ നിറവേറ്റുന്നു
- കടബാധ്യത തീർപ്പ് ലഭിക്കൽ: പുതിയ തുടക്കവും സാമ്പത്തിക സ്വാതന്ത്ര്യവും

അദ്ധ്യായം 6: പുനർനിർമ്മാണവും അതിനപ്പുറവും: പുതിയൊരു അദ്ധ്യായം ആരംഭിക്കുന്നു

- ക്രെഡിറ്റ് സ്കോർ പുനർനിർമ്മിക്കൽ: ഉത്തരവാദപരമായ സാമ്പത്തിക നിർവഹണത്തിനുള്ള തന്ത്രങ്ങൾ
- ഫലപ്രദമായി ബജറ്റിംഗും സാമ്പത്തിക കാര്യങ്ങൾ നിയന്ത്രിക്കലും: ഭാവി സാമ്പത്തിക തിരിച്ചടികൾ തടയുന്നു
- ക്രെഡിറ്റ് കുഴികളും തട്ടിപ്പുകളും ഒഴിവാക്കുന്നു: സാമ്പത്തിക സുരക്ഷ ഉറപ്പാക്കുന്നു
- വിജയകഥകൾ പങ്കിടുകയും മറ്റുള്ളവരെ പിന്തുണക്കുകയും ചെയ്യുന്നു: ക്ഷമതയുടെ ഒരു സമൂഹം നിർമ്മിക്കുന്നു
- തുടർച്ചയായ സാമ്പത്തിക ക്ഷേമത്തിനുള്ള ഉറവിടങ്ങളും ഉപകരണങ്ങളും: ആത്മവിശ്വാസത്തോടെ മുന്നോട്ട് നോക്കുന്നു

Chapter 1: Demystifying Bankruptcy

അദ്ധ്യായം 1: കടബാധ്യതയിൽ നിന്നും കരകയറുക: നിഗൂഢത വിസ്മരിക്കാം

കടബാധ്യത എന്നാലെന്ത്? എന്തുകൊണ്ട് ഇത് പ്രധാനമാണ്?

കടബാധ്യത എന്നത് ഒരു വ്യക്തി, കുടുംബം, സംഘടന അല്ലെങ്കിൽ രാജ്യം മറ്റൊരു വ്യക്തി, കുടുംബം, സംഘടന അല്ലെങ്കിൽ രാജ്യത്തോട് കടപ്പെട്ടിരിക്കുന്ന തുകയാണ്. കടം എടുക്കുന്നത് പല കാരണങ്ങളാൽ സംഭവിക്കാം, ഉദാഹരണത്തിന്, ഒരു വസ്തുവായോ സേവനമോ വാങ്ങുന്നതിന്, വിദ്യാഭ്യാസം നേടുന്നതിന്, അല്ലെങ്കിൽ അടിയന്തിര ആവശ്യങ്ങൾക്കായി.

കടബാധ്യതയുടെ രണ്ട് പ്രധാന തരങ്ങളുണ്ട്: ദീർഘകാല കടബാധ്യതയും ഹ്രസ്വകാല കടബാധ്യതയും. ദീർഘകാല കടബാധ്യതകൾക്ക് പലപ്പോഴും കൂടുതൽ പലിശ നിരക്ക് ഉണ്ടാകും, എന്നാൽ അവ സാധാരണയായി കുറഞ്ഞ മാസാവശ്യകതകളുണ്ട്. ഹ്രസ്വകാല കടബാധ്യതകൾക്ക് സാധാരണയായി കുറഞ്ഞ പലിശ നിരക്ക് ഉണ്ടാകും, എന്നാൽ അവയ്ക്ക് കൂടുതൽ മാസാവശ്യകതകളുണ്ട്.

കടബാധ്യത പ്രധാനമാണ് കാരണം ഇത് സാമ്പത്തിക സ്ഥിരതയ്ക്കും വളർച്ചയ്ക്കും സഹായിക്കുന്നു. കടം എടുക്കുന്നത് ആളുകൾക്ക് അവരുടെ ആഗ്രഹങ്ങളും ആവശ്യങ്ങളും നിറവേറ്റാൻ അനുവദിക്കുന്നു, അത് അവരുടെ ജീവിത നിലവാരം മെച്ചപ്പെടുത്താൻ സഹായിക്കും. കടം എടുക്കുന്നത് സംഘടനകൾക്കും രാജ്യങ്ങൾക്കും വളരാനും വികസിക്കാനും സഹായിക്കുന്നു.

എന്നിരുന്നാലും, കടബാധ്യത അമിതമാകുമ്പോൾ അത് പ്രശ്നങ്ങൾ സൃഷ്ടിക്കാം. അമിത കടബാധ്യത ഉള്ള ആളുകൾക്ക് അവരുടെ കടങ്ങൾ വീട്ടാൻ ബുദ്ധിമുട്ടാകാം, ഇത് അവരുടെ സാമ്പത്തിക സ്ഥിരതയെ ബാധിച്ചേക്കാം. കടബാധ്യത സംഘടനകളുടെയും രാജ്യങ്ങളുടെയും സാമ്പത്തിക സ്ഥിരതയെയും ബാധിച്ചേക്കാം.

കടബാധ്യത സുരക്ഷിതമായി കൈകാര്യം ചെയ്യുന്നതിന്, ആളുകൾ അവരുടെ കടം എടുക്കുന്നതിന് മുമ്പ് അവരുടെ സാമ്പത്തിക സ്ഥിതി വിലയിരുത്തേണ്ടത് പ്രധാനമാണ്. ആളുകൾക്ക് അവരുടെ കടങ്ങൾ വീട്ടാനുള്ള കഴിവ് ഉണ്ടെന്ന് ഉറപ്പാക്കാൻ, അവർക്ക് കടം എടുക്കുന്നതിന് മുമ്പ് അവരുടെ വരുമാനം, ചെലവുകൾ, പലിശ നിരക്കുകൾ എന്നിവ കണക്കിലെടുക്കേണ്ടത് പ്രധാനമാണ്.

കടബാധ്യത സുരക്ഷിതമായി കൈകാര്യം ചെയ്യുന്നതിന് ചില നുറുങ്ങുകൾ ഇതാ:

- നിങ്ങളുടെ കടം എടുക്കുന്നതിന് മുമ്പ് നിങ്ങളുടെ സാമ്പത്തിക സ്ഥിതി വിലയിരുത്തുക.
- നിങ്ങളുടെ കടങ്ങൾ വീട്ടാനുള്ള കഴിവ് ഉണ്ടെന്ന് ഉറപ്പാക്കുക.
- നിങ്ങളുടെ കടങ്ങൾ ക്രമീകരിക്കുകയും നിങ്ങളുടെ പലിശ നിരക്കുകൾ കുറയ്ക്കാൻ ശ്രമിക്കുകയും ചെയ്യുക.
- നിങ്ങളുടെ കടങ്ങൾ വീട്ടാൻ ഓരോ മാസവും ഒരു നിശ്ചിത തുക അടയ്ക്കുക.
- അടിയന്തിര സാഹചര്യങ്ങളിൽ കടം എടുക്കുന്നത് ഒഴിവാക്കുക.

കടബാധ്യതയിലേയ്ക്ക് നയിക്കുന്ന കാരണങ്ങൾ: എപ്പോഴാണ് ആവശ്യമാകുന്നത്?

കടബാധ്യത എന്നത് ഒരു വ്യക്തി, കുടുംബം, സംഘടന അല്ലെങ്കിൽ രാജ്യം മറ്റൊരു വ്യക്തി, കുടുംബം, സംഘടന അല്ലെങ്കിൽ രാജ്യത്തോട് കടപ്പെട്ടിരിക്കുന്ന തുകയാണ്. കടം എടുക്കുന്നത് പല കാരണങ്ങളാൽ സംഭവിക്കാം, ഉദാഹരണത്തിന്, ഒരു വസ്തുവായോ സേവനമോ വാങ്ങുന്നതിന്, വിദ്യാഭ്യാസം നേടുന്നതിന്, അല്ലെങ്കിൽ അടിയന്തിര ആവശ്യങ്ങൾക്കായി.

കടബാധ്യതയിലേയ്ക്ക് നയിക്കുന്ന കാരണങ്ങൾ പലതാണ്. ചില പ്രധാന കാരണങ്ങൾ ഇതാ:

- വരുമാനത്തിന്റെ അപര്യാപ്തത: വരുമാനം ചെലവുകളെക്കാൾ കുറവാണെങ്കിൽ, ആളുകൾ കടം എടുക്കാൻ നിർബന്ധിതരാകുന്നു.
- അടിയന്തിര ആവശ്യങ്ങൾ: ആരോഗ്യ പ്രശ്നങ്ങൾ, വാഹനാപകടങ്ങൾ, തൊഴിൽ നഷ്ടം തുടങ്ങിയ അടിയന്തിര ആവശ്യങ്ങൾക്കായി ആളുകൾ കടം എടുക്കാം.
- ആവശ്യങ്ങൾക്കും ആഗ്രഹങ്ങൾക്കും ഇടയിൽ വ്യത്യാസം: ആളുകൾക്ക് അവരുടെ ആവശ്യങ്ങൾക്കും ആഗ്രഹങ്ങൾക്കും ഇടയിൽ വ്യത്യാസം

കാണാൻ കഴിയാതെ വരികയാണെങ്കിൽ, അവർ കടം എടുക്കാൻ സാധ്യതയുണ്ട്.

- പലിശ നിരക്കുകളുടെ വർദ്ധനവ്: പലിശ നിരക്കുകൾ ഉയരുമ്പോൾ, കടം എടുക്കുന്നത് കൂടുതൽ ചെലവേറിയതാകുന്നു. ഇത് ആളുകൾക്ക് കൂടുതൽ കടം എടുക്കാൻ നിർബന്ധിതരാകാൻ കാരണമാകും.
- മൂലധനത്തിന്റെ അഭാവം: ആളുകൾക്ക് അവരുടെ സ്വന്തം മൂലധനം ഇല്ലാത്തപ്പോൾ, അവർ കടം എടുക്കാൻ നിർബന്ധിതരാകും.

കടബാധ്യത ചില സന്ദർഭങ്ങളിൽ ആവശ്യമാകും. ഉദാഹരണത്തിന്, ഒരു വ്യക്തിക്ക് ഒരു വസ്തുവായോ സ്ഥലമോ വാങ്ങാൻ ആഗ്രഹിക്കുന്നുവെങ്കിൽ, അവർക്ക് കടം എടുക്കാൻ കഴിയും. കടം എടുക്കുന്നത് ആളുകൾക്ക് അവരുടെ ആഗ്രഹങ്ങളും ആവശ്യങ്ങളും നിറവേറ്റാൻ അനുവദിക്കുന്നു, അത് അവരുടെ ജീവിത നിലവാരം മെച്ചപ്പെടുത്താൻ സഹായിക്കും.

എന്നിരുന്നാലും, കടബാധ്യത അമിതമാകുമ്പോൾ അത് പ്രശ്നങ്ങൾ സൃഷ്ടിക്കാം. അമിത കടബാധ്യത ഉള്ള ആളുകൾക്ക് അവരുടെ കടങ്ങൾ വീട്ടാൻ ബുദ്ധിമുട്ടാകാം, ഇത് അവരുടെ സാമ്പത്തിക സ്ഥിരതയെ ബാധിച്ചേക്കാം. അമിത

കടബാധ്യത ഉള്ള സംഘടനകൾക്കും രാജ്യങ്ങൾക്കും സാമ്പത്തിക പ്രശ്നങ്ങൾ ഉണ്ടാകാം.

കടബാധ്യത സുരക്ഷിതമായി കൈകാര്യം ചെയ്യുന്നതിന്, ആളുകൾ അവരുടെ കടം എടുക്കുന്നതിന് മുമ്പ് അവരുടെ സാമ്പത്തിക സ്ഥിതി വിലയിരുത്തേണ്ടത് പ്രധാനമാണ്. ആളുകൾക്ക് അവരുടെ കടങ്ങൾ വീട്ടാനുള്ള കഴിവ് ഉണ്ടെന്ന് ഉറപ്പാക്കാൻ, അവർക്ക് കടം എടുക്കുന്നതിന് മുമ്പ് അവരുടെ വരുമാനം, ചെലവുകൾ, പലിശ നിരക്കുകൾ എന്നിവ കണക്കിലെടുക്കേണ്ടത് പ്രധാനമ

വ്യക്തിഗത കടബാധ്യത vs ബിസിനസ് കടബാധ്യത: വ്യത്യാസങ്ങൾ മനസ്സിലാക്കൽ

ആമുഖം

കടബാധ്യത എന്നത് ഒരു വ്യക്തി, കുടുംബം അല്ലെങ്കിൽ ബിസിനസ്സ് ആവശ്യങ്ങൾക്കായി പണം വായ്പയെടുക്കുന്നതാണ്. വ്യക്തിഗത കടബാധ്യതയും ബിസിനസ് കടബാധ്യതയും തമ്മിൽ ചില പ്രധാന വ്യത്യാസങ്ങളുണ്ട്. ഈ വ്യത്യാസങ്ങൾ മനസ്സിലാക്കുന്നത് കടബാധ്യത കൈകാര്യം ചെയ്യുന്നതിൽ സഹായകരമാകും.

വ്യക്തിഗത കടബാധ്യത

വ്യക്തിഗത കടബാധ്യത എന്നത് ഒരു വ്യക്തി അല്ലെങ്കിൽ കുടുംബം തങ്ങളുടെ വ്യക്തിഗത ആവശ്യങ്ങൾക്കായി വായ്പയെടുക്കുന്നതാണ്. ഇതിൽ വാഹന വായ്പകൾ, ഫർണിച്ചർ വായ്പകൾ, വിദ്യാഭ്യാസ വായ്പകൾ, ക്രെഡിറ്റ് കാർഡ് ബില്ലുകൾ എന്നിവ ഉൾപ്പെടാം.

വ്യക്തിഗത കടബാധ്യതയുടെ ചില സാധാരണ ഉദാഹരണങ്ങൾ ഇവയാണ്:

- വാഹന വായ്പ: ഒരു പുതിയ വാഹനം വാങ്ങുന്നതിന് ഒരു വ്യക്തി വായ്പയെടുക്കുന്നു.

- ഫർണിച്ചർ വായ്പ: ഒരു പുതിയ ഫർണിച്ചർ സെറ്റ് വാങ്ങുന്നതിന് ഒരു വ്യക്തി വായ്പയെടുക്കുന്നു.
- വിദ്യാഭ്യാസ വായ്പ: ഒരു കോളേജ് അല്ലെങ്കിൽ സർവകലാശാല വിദ്യാഭ്യാസത്തിന് ഒരു വ്യക്തി വായ്പയെടുക്കുന്നു.
- ക്റെഡിറ്റ് കാർഡ് ബില്ലുകൾ: ഒരു വ്യക്തി ക്റെഡിറ്റ് കാർഡ് ഉപയോഗിച്ച് വാങ്ങുന്ന സാധനങ്ങളുടെയും സേവനങ്ങളുടെയും പേയ്മെന്റ് പിന്നീട് ചെയ്യുന്നു.

ബിസിനസ് കടബാധ്യത

ബിസിനസ് കടബാധ്യത എന്നത് ഒരു ബിസിനസ്സ് തങ്ങളുടെ ബിസിനസ്സ് പ്രവർത്തനങ്ങൾക്കായി വായ്പയെടുക്കുന്നതാണ്. ഇതിൽ കെട്ടിടങ്ങൾ, ഉപകരണങ്ങൾ, ക്രെഡിറ്റ് കാർഡ് ബില്ലുകൾ എന്നിവയുടെ വായ്പകൾ ഉൾപ്പെടാം.

ബിസിനസ് കടബാധ്യതയുടെ ചില സാധാരണ ഉദാഹരണങ്ങൾ ഇവയാണ്:

- കെട്ടിട വായ്പ: ഒരു ബിസിനസ്സ് ഒരു കെട്ടിടം വാങ്ങുന്നതിന് വായ്പയെടുക്കുന്നു.
- ഉപകരണ വായ്പ: ഒരു ബിസിനസ്സ് ഉപകരണങ്ങൾ വാങ്ങുന്നതിന് വായ്പയെടുക്കുന്നു.

- ക്രെഡിറ്റ് കാർഡ് ബില്ലുകൾ: ഒരു ബിസിനസ്സ് ക്രെഡിറ്റ് കാർഡ് ഉപയോഗിച്ച് വാങ്ങുന്ന സാധനങ്ങളുടെയും സേവനങ്ങളുടെയും പേയ്മെന്റ് പിന്നീട് ചെയ്യുന്നു.

വ്യക്തിഗത കടബാധ്യതയും ബിസിനസ് കടബാധ്യതയും തമ്മിലുള്ള വ്യത്യാസങ്ങൾ

വ്യക്തിഗത കടബാധ്യതയും ബിസിനസ് കടബാധ്യതയും തമ്മിൽ ചില പ്രധാന വ്യത്യാസങ്ങളുണ്ട്. ഈ വ്യത്യാസങ്ങൾ ഇവയാണ്:

- ലക്ഷ്യം: വ്യക്തിഗത കടബാധ്യതയുടെ ലക്ഷ്യം വ്യക്തിഗത ആവശ്യങ്ങൾക്കായി പണം നേടുക എന്നതാണ്. ബിസിനസ്

കടബാധ്യതയുടെ ഫലങ്ങൾ: നിയമപരവും സാമ്പത്തികവുമായ പ്രത്യാഘാതങ്ങൾ

ആമുഖം

കടബാധ്യത എന്നത് ഒരു വ്യക്തി, കുടുംബം അല്ലെങ്കിൽ ബിസിനസ്സ് ആവശ്യങ്ങൾക്കായി പണം വായ്പയെടുക്കുന്നതാണ്. കടബാധ്യത ആരോഗ്യകരമായ അളവിൽ ഉണ്ടെങ്കിൽ, അത് സാമ്പത്തിക വികസനത്തിന് കാരണമാകും. എന്നിരുന്നാലും, കടബാധ്യത അമിതമാകുമ്പോൾ, അത് നിയമപരവും സാമ്പത്തികവുമായ ഗുരുതരമായ പ്രത്യാഘാതങ്ങൾക്ക് കാരണമാകും.

നിയമപരമായ പ്രത്യാഘാതങ്ങൾ

കടബാധ്യതയുടെ നിയമപരമായ പ്രത്യാഘാതങ്ങൾ വ്യക്തിഗത കടബാധ്യതയും ബിസിനസ് കടബാധ്യതയും തമ്മിൽ വ്യത്യാസപ്പെട്ടിരിക്കുന്നു.

വ്യക്തിഗത കടബാധ്യത

വ്യക്തിഗത കടബാധ്യതയുടെ നിയമപരമായ പ്രത്യാഘാതങ്ങൾ ഇവയാണ്:

- ക്ലേമുകൾ: കടക്കാരൻ തന്റെ കടങ്ങൾ നൽകാൻ പരാജയപ്പെടുകയാണെങ്കിൽ, കടം നൽകുന്നയാൾ കോടതിയിൽ ക്ലേം

നൽകാം. കോടതി കടക്കാരനെ തന്റെ കടങ്ങൾ നൽകാൻ ഉത്തരവിടും.

- അവകാശങ്ങൾ നഷ്ടപ്പെടുക: കടക്കാരൻ തന്റെ കടങ്ങൾ നൽകാൻ പരാജയപ്പെടുകയാണെങ്കിൽ, അയാൾക്ക് ചില അവകാശങ്ങൾ നഷ്ടപ്പെടാം. ഉദാഹരണത്തിന്, അയാൾക്ക് തന്റെ വാഹനം അല്ലെങ്കിൽ വീട് നഷ്ടപ്പെടും.
- തടങ്കൽ: കടക്കാരൻ തന്റെ കടങ്ങൾ നൽകാൻ പരാജയപ്പെടുകയും കോടതി ഉത്തരവിനു വിധേയമാകാതിരിക്കുകയും ചെയ്താൽ, അയാൾക്ക് തടങ്കലിന് വിധേയമാകും.

ബിസിനസ് കടബാധ്യത

ബിസിനസ് കടബാധ്യതയുടെ നിയമപരമായ പ്രത്യാഘാതങ്ങൾ ഇവയാണ്:

- ക്ലേമുകൾ: ബിസിനസ്സ് തന്റെ കടങ്ങൾ നൽകാൻ പരാജയപ്പെടുകയാണെങ്കിൽ, കടം നൽകുന്നയാൾ കോടതിയിൽ ക്ലേം നൽകാം. കോടതി ബിസിനസ്സിനെ തന്റെ കടങ്ങൾ നൽകാൻ ഉത്തരവിടും.
- ബാങ്ക്രപ്റ്റ്സി: ബിസിനസ്സ് തന്റെ കടങ്ങൾ നൽകാൻ പരാജയപ്പെടുകയും ബാങ്ക്രപ്റ്റ് ആകുകയും ചെയ്താൽ, ബിസിനസ്സ് തന്റെ കടങ്ങൾ പൂർണ്ണമായും നൽകേണ്ടതില്ല. എന്നിരുന്നാലും, ബിസിനസ്സിന് ചില

അവകാശങ്ങൾ നഷ്ടപ്പെടും. ഉദാഹരണത്തിന്, ബിസിനസ്സ് തന്റെ ഓഹരികളും ഭൂസ്വത്തുക്കളും നഷ്ടപ്പെടും.

സാമ്പത്തിക പ്രത്യാഘാതങ്ങൾ

കടബാധ്യതയുടെ സാമ്പത്തിക പ്രത്യാഘാതങ്ങൾ വ്യക്തിഗത കടബാധ്യതയും ബിസിനസ് കടബാധ്യതയും തമ്മിൽ വ്യത്യാസപ്പെട്ടിരിക്കുന്നു.

വ്യക്തിഗത കടബാധ്യത

വ്യക്തിഗത കടബാധ്യതയുടെ സാമ്പത്തിക പ്രത്യാഘാതങ്ങൾ ഇവയാണ്:

- വരുമാനം കുറയുന്നു: കട ബാധ്യതകൾ പേടിക്കുന്നതിന് വേണ്ടി, വ്യക്തികൾ അവരുടെ ചെലവുകൾ കുറയ്ക്കാൻ നിർബന്ധിതരാകും. ഇത് വരുമ

കടബാധ്യതയെക്കുറിച്ചുള്ള തെറ്റിദ്ധാരണകളും മിഥ്യകളും ദൂരീകരിക്കൽ

ആമുഖം

കടബാധ്യത എന്നത് ഒരു വ്യക്തി, കുടുംബം അല്ലെങ്കിൽ ബിസിനസ്സ് ആവശ്യങ്ങൾക്കായി പണം വായ്പയെടുക്കുന്നതാണ്. കടബാധ്യത ആരോഗ്യകരമായ അളവിൽ ഉണ്ടെങ്കിൽ, അത് സാമ്പത്തിക വികസനത്തിന് കാരണമാകും. എന്നിരുന്നാലും, കടബാധ്യത അമിതമാകുമ്പോൾ, അത് നിയമപരവും സാമ്പത്തികവുമായ ഗുരുതരമായ പ്രത്യാഘാതങ്ങൾക്ക് കാരണമാകും.

കടബാധ്യതയെക്കുറിച്ച് നിരവധി തെറ്റിദ്ധാരണകളും മിഥ്യകളും നിലവിലുണ്ട്. ഈ തെറ്റിദ്ധാരണകളും മിഥ്യകളും മനസ്സിലാക്കുന്നത് കടബാധ്യതയെക്കുറിച്ചുള്ള ശരിയായ അവബോധം നേടുന്നതിന് സഹായിക്കും.

കടബാധ്യതയെക്കുറിച്ചുള്ള ചില തെറ്റിദ്ധാരണകളും മിഥ്യകളും ഇവയാണ്:

- കടബാധ്യത എല്ലായ്പ്പോഴും മോശമാണ്: കടബാധ്യത ആരോഗ്യകരമായ അളവിൽ ഉണ്ടെങ്കിൽ, അത് സാമ്പത്തിക വികസനത്തിന്
  കാരണമാകും. ഉദാഹരണത്തിന്, ഒരു വീട്

വാങ്ങുന്നതിന് വായ്പ എടുക്കുന്നത് ഒരു ആരോഗ്യകരമായ കടബാധ്യതയാണ്. എന്നിരുന്നാലും, അമിതമായ കടബാധ്യത നിയമപരവും സാമ്പത്തികവുമായ ഗുരുതരമായ പ്രത്യാഘാതങ്ങൾക്ക് കാരണമാകും.

- കടബാധ്യതയിൽ നിന്ന് മുക്തരാകാൻ പ്രയാസമാണ്: കടബാധ്യതയിൽ നിന്ന് മുക്തരാകുന്നത് സമയമെടുക്കും, പക്ഷേ അത് അസാധ്യമല്ല. കൃത്യമായ പദ്ധതിയോടെയും കഠിനാധ്വാനത്തോടെയും കടബാധ്യതയിൽ നിന്ന് മുക്തരാകാൻ കഴിയും.
- കടബാധ്യതയിൽ നിന്ന് മുക്തരാകുന്നത് സാമ്പത്തികമായി ബാധകമാണ്: കടബാധ്യതയിൽ നിന്ന് മുക്തരാകുന്നത് സാമ്പത്തികമായി ബാധകമാണ്, പക്ഷേ അത് ദീർഘകാലാടിസ്ഥാനത്തിൽ ലാഭകരമാണ്. കടബാധ്യതയിൽ നിന്ന് മുക്തരാകുമ്പോൾ, നിങ്ങളുടെ അനുദിന ചെലവുകൾ കുറയും, നിങ്ങളുടെ സാമ്പത്തിക ഭദ്രത വർദ്ധിക്കും.

കടബാധ്യതയെക്കുറിച്ചുള്ള തെറ്റിദ്ധാരണകളും മിഥ്യകളും ദൂരീകരിക്കുന്നതിന് ഇനിപ്പറയുന്ന നടപടികൾ കൈക്കൊള്ളാം:

- കടബാധ്യതയെക്കുറിച്ചുള്ള വിവരങ്ങൾ ശേഖരിക്കുക: കടബാധ്യതയെക്കുറിച്ച് കൂടുതൽ അറിയാൻ, വിശ്വസനീയമായ ഉറവിടങ്ങളിൽ നിന്ന് വിവരങ്ങൾ ശേഖരിക്കുക.
- കടബാധ്യത മാനേജ് ചെയ്യുന്നതിന് ഒരു പദ്ധതി തയ്യാറാക്കുക: കടബാധ്യതയിൽ നിന്ന് മുക്തരാകാൻ, നിങ്ങളുടെ കടങ്ങൾ തിരിച്ചടയ്ക്കുന്നതിനുള്ള ഒരു പദ്ധതി തയ്യാറാക്കുക.
- ഒരു കടബാധ്യത പരിഹാര വിദഗ്ദ്ധന്റെ സഹായം തേടുക: കടബാധ്യതയിൽ നിന്ന് മുക്തരാകാൻ ബുദ്ധിമുട്ടുകൾ നേരിടുകയാണെങ്കിൽ, ഒരു കടബാധ്യത

Chapter 2: Navigating the Legal Landscape of Insolvency

അദ്ധ്യായം 2: പാപ്പരാസി നിയമങ്ങളുടെ നിയമപരമായ വഴികൾ മനസ്സിലാക്കൽ

പാപ്പരാസി നിയമത്തിന്റെ പ്രധാന തത്വങ്ങൾ: നീതി, സുതാര്യത, പുനരുദ്ധാരണം

പാപ്പരാസി നിയമം എന്നത് പൊതുജനങ്ങൾക്ക് അറിയപ്പെടുന്ന വ്യക്തികളുടെ സ്വകാര്യതയെ സംരക്ഷിക്കുന്നതിനുള്ള നിയമങ്ങളുടെ ഒരു ശ്രേണിയാണ്. ഈ നിയമങ്ങൾ പാപ്പരാസികൾ, മാധ്യമങ്ങൾ, സാങ്കേതിക കമ്പനികൾ എന്നിവയെ നിയന്ത്രിക്കുന്നു.

പാപ്പരാസി നിയമത്തിന്റെ പ്രധാന തത്വങ്ങൾ മൂന്നെണ്ണമാണ്:

- നീതി: ഈ തത്വം വ്യക്തികളുടെ സ്വകാര്യതയെ സംരക്ഷിക്കുന്നതിനും അവരുടെ അവകാശങ്ങളെ ബഹുമാനിക്കുന്നതിനും വേണ്ടിയുള്ള ആവശ്യകതയെ പ്രതിഫലിപ്പിക്കുന്നു.
- സുതാര്യത: ഈ തത്വം പൊതുജനങ്ങൾക്ക് പാപ്പരാസി നിയമങ്ങളെക്കുറിച്ച്

അറിയാനും അവരുടെ അവകാശങ്ങളെക്കുറിച്ച് ബോധവാന്മാരാകാനും വേണ്ടിയുള്ള ആവശ്യകതയെ പ്രതിഫലിപ്പിക്കുന്നു.

- പുനരുദ്ധാരണം: ഈ തത്വം പാപ്പരാസികളുടെ പ്രവർത്തനങ്ങളാൽ പരിക്കേറ്റ വ്യക്തികൾക്ക് നഷ്ടപരിഹാരം നൽകാനുള്ള ആവശ്യകതയെ പ്രതിഫലിപ്പിക്കുന്നു.

നീതി

പാപ്പരാസി നിയമത്തിന്റെ പ്രധാന തത്വങ്ങളിലൊന്നാണ് നീതി. ഈ തത്വം വ്യക്തികളുടെ സ്വകാര്യതയെ സംരക്ഷിക്കുന്നതിനും അവരുടെ അവകാശങ്ങളെ ബഹുമാനിക്കുന്നതിനും വേണ്ടിയുള്ള ആവശ്യകതയെ പ്രതിഫലിപ്പിക്കുന്നു.

പാപ്പരാസികൾ പൊതുജനങ്ങൾക്ക് അറിയപ്പെടുന്ന വ്യക്തികളുടെ സ്വകാര്യതയെ ലംഘിക്കാൻ സാധ്യതയുണ്ട്. അവർ വീടുകളിൽ, സ്വകാര്യ സ്ഥലങ്ങളിൽ, അല്ലെങ്കിൽ പൊതുസ്ഥലങ്ങളിൽ വ്യക്തികളെ നിരീക്ഷിക്കാം, അവരുടെ ചിത്രങ്ങൾ എടുക്കാം, അവരുടെ ജീവിതത്തെക്കുറിച്ചുള്ള വിവരങ്ങൾ പുറത്തുവിടാം. ഈ പ്രവർത്തനങ്ങൾ വ്യക്തികളുടെ സ്വകാര്യതയെ ലംഘിക്കുകയും

അവരുടെ അവകാശങ്ങളെ ഹനിക്കുകയും ചെയ്യും.

പാപ്പരാസി നിയമങ്ങൾ ഈ പ്രവർത്തനങ്ങൾ നിയന്ത്രിക്കുകയും വ്യക്തികളുടെ സ്വകാര്യതയെ സംരക്ഷിക്കുകയും ചെയ്യുന്നു. ഈ നിയമങ്ങൾ പാപ്പരാസികൾക്ക് പിന്തുടരാൻ ചില നിയന്ത്രണങ്ങൾ ഉൾപ്പെടുന്നു:

- വ്യക്തികളുടെ സ്വകാര്യ സ്ഥലങ്ങളിൽ പ്രവേശിക്കുന്നത് നിരോധിക്കുക
- വ്യക്തികളുടെ ചിത്രങ്ങൾ എടുക്കുന്നത് നിരോധിക്കുക
- വ്യക്തികളുടെ ജീവിതത്തെക്കുറിച്ചുള്ള വിവരങ്ങൾ പുറത്തുവിടുന്നത് നിരോധിക്കുക

ഈ നിയന്ത്രണങ്ങൾ വ്യക്തികളുടെ സ്വകാര്യതയെ സംരക്ഷിക്കാൻ സഹായിക്കുന്നു. അവ വ്യക്തികൾക്ക് അവരുടെ സ്വകാര്യ ജീവിതം നയിക്കാൻ കൂടുതൽ സ്വാതന്ത്ര്യം നൽകുന്നു.

സുതാര്യത

പാപ്പരാസി നിയമത്തിന്റെ മറ്റൊരു പ്രധാന തത്വമാണ് സുതാര്യത. ഈ തത്വം പൊതുജനങ്ങൾക്ക് പാപ്പരാസി നിയമങ്ങളെക്കുറിച്ച് അറിയാനും അവരുടെ

അവകാശങ്ങളെക്കുറിച്ച് ബോധവാന്മാരാകാനും വേണ്ടിയുള്ള ആവശ്യകതയെ പ്രതിഫലിപ്പിക്കുന്നു.

വ്യത്യസ്ത പാപ്പരാസി സംവിധാനങ്ങളുടെ ഹ്രസ്വ വിവരണം: അദ്ധ്യായം 7, അദ്ധ്യായം 13, മുതലായവ

അദ്ധ്യായം 7: ഫോട്ടോഗ്രാഫി

പാപ്പരാസികൾ ഉപയോഗിക്കുന്ന ഏറ്റവും സാധാരണമായ സംവിധാനങ്ങളിലൊന്നാണ് ഫോട്ടോഗ്രാഫി. ഇത് ചെയ്യുന്നതിന്, അവർ സാധാരണയായി ഹൈ-എൻഡ് ക്യാമറകളും ലെൻസുകളും ഉപയോഗിക്കുന്നു. അവർ പലപ്പോഴും ഗൂഗിൾ മാപ്പ്, ഫേസ്ബുക്ക്, ഇൻസ്റ്റാഗ്രാം തുടങ്ങിയ സോഷ്യൽ മീഡിയയിൽ നിന്ന് വിവരങ്ങൾ ശേഖരിക്കുന്നു. ഇത് അവർക്ക് അവരുടെ ഇരകളുടെ സ്ഥാനം കണ്ടെത്താൻ സഹായിക്കുന്നു.

പാപ്പരാസികൾ ഫോട്ടോഗ്രാഫി ഉപയോഗിച്ച് വിവിധ തരത്തിലുള്ള ചിത്രങ്ങൾ എടുക്കുന്നു. ഇതിൽ ഇടപഴകൽ ചിത്രങ്ങൾ, വസ്ത്രശൈലി ചിത്രങ്ങൾ, വിവാഹ ചിത്രങ്ങൾ എന്നിവ ഉൾപ്പെടുന്നു. അവർ പലപ്പോഴും അവരുടെ ചിത്രങ്ങൾ മാധ്യമങ്ങൾക്ക് വിറ്റുനൽകുന്നു.

അദ്ധ്യായം 13: സോഷ്യൽ മീഡിയ

പാപ്പരാസികൾ സോഷ്യൽ മീഡിയയെ അവരുടെ ഇരകളുടെ സ്ഥാനം കണ്ടെത്താനും അവരുടെ ജീവിതത്തെക്കുറിച്ച് വിവരങ്ങൾ ശേഖരിക്കാനും ഉപയോഗിക്കുന്നു. അവർ

പലപ്പോഴും അവരുടെ ഇരകളുടെ ഫേസ്ബുക്ക്, ഇൻസ്റ്റാഗ്രാം, ട്വിറ്റർ അക്കൗണ്ടുകൾ പരിശോധിക്കുന്നു. ഇത് അവർക്ക് അവരുടെ ഇരകൾ എവിടെ പോകുന്നു, എന്തുചെയ്യുന്നു എന്നതിനെക്കുറിച്ചുള്ള വിവരങ്ങൾ നൽകുന്നു.

പാപ്പരാസികൾ സോഷ്യൽ മീഡിയയെ അവരുടെ ചിത്രങ്ങൾ പ്രചരിപ്പിക്കാനും ഉപയോഗിക്കുന്നു. അവർ പലപ്പോഴും അവരുടെ ചിത്രങ്ങൾ ഫേസ്ബുക്ക്, ഇൻസ്റ്റാഗ്രാം, ട്വിറ്റർ എന്നിവയിൽ പങ്കിടുന്നു. ഇത് അവരുടെ ചിത്രങ്ങൾക്ക് കൂടുതൽ പ്രദർശനം നൽകുന്നു.

അദ്ധ്യായം 17: പിന്തുടരൽ

പാപ്പരാസികൾ അവരുടെ ഇരകളെ പിന്തുടരുന്നതിലൂടെ വിവരങ്ങൾ ശേഖരിക്കാനും ചിത്രങ്ങൾ എടുക്കാനും ഉപയോഗിക്കുന്നു. ഇത് അവരുടെ ഇരകളുടെ സ്വാഭാവിക ജീവിതത്തെ തടസ്സപ്പെടുത്തുകയും അവരുടെ സ്വകാര്യതയെ ലംഘിക്കുകയും ചെയ്യുന്നു.

പാപ്പരാസികൾ പലപ്പോഴും അവരുടെ ഇരകളെ പിന്തുടരുന്നതിനായി കാറുകൾ, ബൈക്കുകൾ, ഹെലികോപ്റ്ററുകൾ എന്നിവ ഉപയോഗിക്കുന്നു. അവർ പലപ്പോഴും അവരുടെ ഇരകളെ പിന്തുടരുന്നതിനായി നിയമവിരുദ്ധമായ മാർഗങ്ങൾ ഉപയോഗിക്കുന്നു.

അന്തിമം

പാപ്പരാസികൾ സോഷ്യൽ മീഡിയ, ഫോട്ടോഗ്രാഫി, പിന്തുടരൽ എന്നിവയുൾപ്പെടെ വിവിധ സംവിധാനങ്ങൾ ഉപയോഗിക്കുന്നു. അവർ അവരുടെ ഇരകളുടെ സ്വകാര്യതയെ ലംഘിക്കുകയും അവരുടെ ജീവിതത്തെ തടസ്സപ്പെടുത്തുകയും ചെയ്യുന്നതിനാൽ അവരുടെ പ്രവർത്തനം വിമർശിക്കപ്പെട്ടിട്ടുണ്ട്.

പാപ്പരാസി കോടതിയുടെ പങ്ക്, അതിന്റെ ധർമ്മങ്ങൾ

പാപ്പരാസി കോടതി എന്നത്, പൊതുജനങ്ങളുടെ ശ്രദ്ധയിൽ നിൽക്കുന്ന വ്യക്തികളുടെ അവകാശങ്ങളെ സംരക്ഷിക്കുന്നതിനായി പ്രത്യേകമായി രൂപീകരിച്ച ഒരു കോടതിയാണ്. ഈ കോടതികൾ, പൊതുജനങ്ങളുടെ അവകാശങ്ങൾക്കൊപ്പം, പാപ്പരാസികളുടെ അവകാശങ്ങളും സംരക്ഷിക്കുന്നതിനായി രൂപീകരിച്ചിട്ടുണ്ട്.

പാപ്പരാസി കോടതികളുടെ പ്രധാന പങ്ക്, പൊതുജനങ്ങളുടെ സ്വകാര്യത സംരക്ഷിക്കുക എന്നതാണ്. പാപ്പരാസികൾ, പൊതുജനങ്ങളുടെ സ്വകാര്യ ജീവിതത്തെക്കുറിച്ചുള്ള വിവരങ്ങൾ ശേഖരിക്കുന്നതിനും പ്രചരിപ്പിക്കുന്നതിനും വേണ്ടി വളരെയധികം സമയവും പണവും ചെലവഴിക്കുന്നു. ഇത്, പൊതുജനങ്ങളുടെ സ്വകാര്യതയെ ഗണ്യമായി ഹനിക്കുന്നു. പാപ്പരാസി കോടതികൾ, ഈ പ്രവർത്തനങ്ങളെ നിയന്ത്രിക്കുന്നതിനും പൊതുജനങ്ങളുടെ സ്വകാര്യത സംരക്ഷിക്കുന്നതിനും വേണ്ടി നിയമങ്ങൾ നിർമ്മിക്കുകയും നടപ്പാക്കുകയും ചെയ്യുന്നു.

പാപ്പരാസി കോടതികളുടെ മറ്റൊരു പ്രധാന പങ്ക്, പാപ്പരാസികളുടെ അവകാശങ്ങളെ സംരക്ഷിക്കുക എന്നതാണ്. പാപ്പരാസികൾ, പൊതുജനങ്ങളുടെ സ്വകാര്യ

ജീവിതത്തെക്കുറിച്ചുള്ള വിവരങ്ങൾ ശേഖരിക്കുന്നതിനും പ്രചരിപ്പിക്കുന്നതിനുമുള്ള അവകാശം, ഭരണഘടനയിൽ ഉറപ്പുനൽകിയിട്ടുള്ള പ്രസ്സ് സ്വാതന്ത്ര്യത്തിന്റെ ഭാഗമായി കണക്കാക്കപ്പെടുന്നു. പാപ്പരാസി കോടതികൾ, ഈ അവകാശങ്ങളെ സംരക്ഷിക്കുന്നതിനും പാപ്പരാസികൾക്ക് അവരുടെ തൊഴിലിൽ സുരക്ഷിതമായി പ്രവർത്തിക്കാൻ അനുവദിക്കുന്നതിനും വേണ്ടി നിയമങ്ങൾ നിർമ്മിക്കുകയും നടപ്പാക്കുകയും ചെയ്യുന്നു.

പാപ്പരാസി കോടതികൾ, പൊതുജനങ്ങളുടെയും പാപ്പരാസികളുടെയും അവകാശങ്ങളെ സംരക്ഷിക്കുന്നതിനുള്ള ഒരു പ്രധാന സംവിധാനമാണ്. ഈ കോടതികൾ, രണ്ട് വിഭാഗങ്ങളുടെയും അവകാശങ്ങൾ പരസ്പരം ബഹുമാനിക്കുന്നതിനും സമൂഹത്തിൽ സമാധാനവും സമാധാനവും നിലനിർത്തുന്നതിനും സഹായിക്കുന്നു.

പാപ്പരാസി കോടതികളുടെ ധർമ്മങ്ങൾ

പാപ്പരാസി കോടതികളുടെ ധർമ്മങ്ങൾ, താഴെ പറയുന്നവയാണ്:

- പൊതുജനങ്ങളുടെ സ്വകാര്യത സംരക്ഷിക്കുക
- പാപ്പരാസികളുടെ പ്രസ്സ് സ്വാതന്ത്ര്യം സംരക്ഷിക്കുക

- രണ്ട് വിഭാഗങ്ങളുടെയും അവകാശങ്ങൾ പരസ്പരം ബഹുമാനിക്കുക
- സമൂഹത്തിൽ സമാധാനവും സമാധാനവും നിലനിർത്തുക

പാപ്പരാസി കോടതികൾ, ഈ ധർമ്മങ്ങൾ നിറവേറ്റുന്നതിന് വേണ്ടി വിവിധ തരത്തിലുള്ള നടപടികൾ സ്വീകരിക്കുന്നു. ഈ നടപടികൾ, താഴെ പറയുന്നവയാണ്:

- നിയമങ്ങൾ നിർമ്മിക്കുകയും നടപ്പാക്കുകയും ചെയ്യുക
- പാപ്പരാസികളുടെ പ്രവർത്തനങ്ങളെ നിരീക്ഷിക്കുകയും നിയന്ത്രിക്കുകയും ചെയ്യുക
- പൊതുജനങ്ങളുടെ പരാതികൾ പരിഗണിക്കുകയും നടപടിയെടുക്കുകയും ചെയ്യുക

പാപ്പരാസി കോടതികൾ, സമൂഹത്തിൽ സമാധാനവും സമാധാനവും നിലനിർത്തുന്നതിനുള്ള ഒരു പ്രധാന സംവിധാനമാണ്.

കടബാധ്യക്കാരുടെയും പിണയക്കാരുടെയും അവകാശങ്ങളും ബാധ്യതകളും മനസ്സിലാക്കൽ

കടബാധ്യതയും പിണയവും, ആധുനിക ജീവിതത്തിന്റെ രണ്ട് പ്രധാന വെല്ലുവിളികൾ ആണ്. കടബാധ്യത, സാമ്പത്തിക അസ്ഥിരതയ്ക്കും ആത്മഹത്യാ പ്രവണതയ്ക്കും കാരണമാകുന്നു. പിണയം, വിവാഹമോചനമോ വിവാഹമോ ഉൾപ്പെടെയുള്ള സാമൂഹികവും വൈകാരികവുമായ പ്രശ്നങ്ങൾക്ക് കാരണമാകുന്നു.

കടബാധ്യക്കാരുടെയും പിണയക്കാരുടെയും അവകാശങ്ങളും ബാധ്യതകളും മനസ്സിലാക്കുന്നത്, ഈ വെല്ലുവിളികൾ നേരിടുന്നതിന് അവർക്ക് സഹായിക്കും.

കടബാധ്യക്കാരുടെ അവകാശങ്ങൾ

കടബാധ്യക്കാർക്ക്, താഴെ പറയുന്ന അവകാശങ്ങൾ ഉണ്ട്:

- ഒരു ന്യായമായ കടബാധ്യത തിരിച്ചടയ്ക്കാൻ അവകാശമുണ്ട്.
- അവരുടെ കടബാധ്യതകൾ കൃത്യമായി കണക്കാക്കപ്പെടുന്നതിന് അവകാശമുണ്ട്.
- അവരുടെ കടബാധ്യതകൾ അടയ്ക്കാൻ സഹായിക്കുന്നതിനായി, അനുയോജ്യമായ

ഒരു തിരിച്ചടവ് പദ്ധതി ലഭിക്കുന്നതിന് അവകാശമുണ്ട്.

- അവരുടെ കടബാധ്യതകൾ അടയ്ക്കാൻ കഴിയാതെ വന്നാൽ, അവരുടെ അടിസ്ഥാന ആവശ്യങ്ങൾ നിറവേറ്റുന്നതിനായി, അവരുടെ വരുമാനത്തിന്റെ ഒരു ഭാഗം നിലനിർത്തുന്നതിനുള്ള അവകാശമുണ്ട്.

കടബാധ്യക്കാരുടെ ബാധ്യതകൾ

കടബാധ്യക്കാർക്ക്, താഴെ പറയുന്ന ബാധ്യതകളുണ്ട്:

- അവരുടെ കടബാധ്യതകൾ തിരിച്ചടയ്ക്കാൻ ശ്രമിക്കേണ്ടതുണ്ട്.
- അവരുടെ കടബാധ്യതകൾ അടയ്ക്കാൻ കഴിയാതെ വന്നാൽ, അതിനെക്കുറിച്ച് ബാങ്ക് അല്ലെങ്കിൽ ധനകാര്യ സ്ഥാപനത്തെ അറിയിക്കേണ്ടതുണ്ട്.
- ബാങ്ക് അല്ലെങ്കിൽ ധനകാര്യ സ്ഥാപനം നിർദ്ദേശിക്കുന്ന തിരിച്ചടവ് പദ്ധതി പിന്തുടരേണ്ടതുണ്ട്.

പിണയക്കാരുടെ അവകാശങ്ങൾ

പിണയക്കാർക്ക്, താഴെ പറയുന്ന അവകാശങ്ങൾ ഉണ്ട്:

- അവരുടെ ഭാഗധേയം നേടുന്നതിനുള്ള അവകാശമുണ്ട്.
- അവരുടെ കുട്ടികളുടെ സംരക്ഷണത്തിനുള്ള അവകാശമുണ്ട്.
- അവരുടെ ഭൂമി, വസ്തുവകകൾ തുടങ്ങിയ സ്വത്തുക്കൾക്ക് മേൽ നിയന്ത്രണം പുലർത്തുന്നതിനുള്ള അവകാശമുണ്ട്.

പിണയക്കാരുടെ ബാധ്യതകൾ

പിണയക്കാർക്ക്, താഴെ പറയുന്ന ബാധ്യതകളുണ്ട്:

- അവരുടെ ഭാഗധേയം നഷ്ടപ്പെടുത്താതിരിക്കാൻ ശ്രമിക്കേണ്ടതുണ്ട്.
- അവരുടെ കുട്ടികളുടെ സംരക്ഷണത്തിന് ഉത്തരവാദിയായിരിക്കേണ്ടതുണ്ട്.
- അവരുടെ സ്വത്തുക്കൾക്ക് മേൽ നിയന്ത്രണം പുലർത്തുന്നതിനായി, നിയമപരമായ നടപടികൾ സ്വീകരിക്കാൻ കഴിയുന്ന തരത്തിൽ ശ്രമിക്കേണ്ടതുണ്ട്.

നിയമോപദേശം തേടൽ: പ്രൊഫഷണൽ മാർഗനിർദേശത്തിന്റെ പ്രാധാന്യം

നമ്മുടെ ജീവിതത്തിൽ നിയമത്തിന്റെ സ്വാധീനം വളരെ വലുതാണ്. വ്യക്തിപരമായ, ഔദ്യോഗികമായ, സാമ്പത്തികമായ തുടങ്ങി എല്ലാ മേഖലകളിലും നിയമം നമ്മുടെ ജീവിതത്തെ സ്പർശിക്കുന്നു. നിയമവുമായി ബന്ധപ്പെട്ട കാര്യങ്ങളിൽ നമുക്ക് ശരിയായ തീരുമാനങ്ങൾ എടുക്കാൻ പ്രൊഫഷണൽ നിയമോപദേശം അത്യന്താപേക്ഷിതമാണ്.

നിയമോപദേശം തേടേണ്ട സാഹചര്യങ്ങൾ

നിയമവുമായി ബന്ധപ്പെട്ട കാര്യങ്ങളിൽ നമുക്ക് ശരിയായ തീരുമാനങ്ങൾ എടുക്കാൻ പ്രൊഫഷണൽ നിയമോപദേശം ആവശ്യമുള്ള സാഹചര്യങ്ങൾ പലതാണ്. ചില പ്രധാനപ്പെട്ട സാഹചര്യങ്ങൾ ഇവയാണ്:

- കരാറുകൾ ഉണ്ടാക്കുന്നത്, മാറ്റുന്നത്, പൂർത്തിയാക്കുന്നത്
- സ്വത്തുക്കളുടെ വാങ്ങൽ, വിൽപ്പന, കൈമാറ്റം
- വായ്പകൾ, കടങ്ങൾ, ഫണ്ട് സമാഹരണം
- തൊഴിൽ, കരയേറൽ, പിരിഞ്ഞുപോകൽ
- കുടുംബ നിയമപ്രശ്നങ്ങൾ

- ക്രിമിനൽ കേസുകൾ
- ടാക്സ്, ഫിനാൻഷ്യൽ അഫയേഴ്സ്
- ഇന്ററർനാഷണൽ ലോ

നിയമോപദേശത്തിന്റെ പ്രാധാന്യം

പ്രൊഫഷണൽ നിയമോപദേശം നമ്മുടെ നിയമപരമായ അവകാശങ്ങളും ബാധ്യതകളും നന്നായി മനസ്സിലാക്കാൻ സഹായിക്കുന്നു. നിയമപരമായ പ്രശ്നങ്ങളെക്കുറിച്ച് ശരിയായ വിവരങ്ങൾ നൽകുകയും ശരിയായ തീരുമാനങ്ങൾ എടുക്കാൻ സഹായിക്കുകയും ചെയ്യുന്നു. നിയമപരമായ പ്രശ്നങ്ങൾ പരിഹരിക്കുന്നതിനുള്ള ഏറ്റവും ഫലപ്രദമായ മാർഗം പ്രൊഫഷണൽ നിയമോപദേശം തേടുക എന്നതാണ്.

പ്രൊഫഷണൽ നിയമോപദേശത്തിന്റെ ഗുണങ്ങൾ

പ്രൊഫഷണൽ നിയമോപദേശത്തിന്റെ ചില പ്രധാന ഗുണങ്ങൾ ഇവയാണ്:

- നിങ്ങളുടെ നിയമപരമായ അവകാശങ്ങളും ബാധ്യതകളും സംരക്ഷിക്കുന്നു.
- നിങ്ങളുടെ നിയമപരമായ പ്രശ്നങ്ങളെക്കുറിച്ച് ശരിയായ വിവരങ്ങൾ നൽകുന്നു.

- നിങ്ങളുടെ നിയമപരമായ അവകാശങ്ങൾക്കുവേണ്ടി പോരാടുന്നു.
- നിങ്ങളുടെ നിയമപരമായ പ്രശ്നങ്ങൾ പരിഹരിക്കുന്നതിനുള്ള ഏറ്റവും ഫലപ്രദമായ മാർഗം നിർദ്ദേശിക്കുന്നു.

പ്രൊഫഷണൽ നിയമോപദേശം ലഭിക്കുന്നതിനുള്ള മാർഗങ്ങൾ

പ്രൊഫഷണൽ നിയമോപദേശം ലഭിക്കുന്നതിനുള്ള ചില മാർഗങ്ങൾ ഇവയാണ്:

- നിങ്ങളുടെ സുഹൃത്തുക്കൾ, കുടുംബാംഗങ്ങൾ, പരിചയക്കാർ എന്നിവരിൽ നിന്ന് ശുപാർശകൾ തേടുക.
- നിങ്ങളുടെ പ്രദേശത്തെ അഭിഭാഷക വ്യവസായ സംഘടനയുമായി ബന്ധപ്പെടുക.
- നിങ്ങളുടെ പ്രദേശത്തെ നിയമശാസ്ത്ര കോളേജുകളുമായി ബന്ധപ്പെടുക.
- നിങ്ങളുടെ പ്രദേശത്തെ അഭിഭാഷക നിയമസമിതിയുടെ വെബ്സൈറ്റ് സന്ദർശിക്കുക.

Chapter 3: Initiating the Bankruptcy Journey

അദ്ധ്യായം 3: കടബാധ്യത യാത്രയുടെ തുടക്കം

ഫയൽ ചെയ്യുന്നതിനു മുമ്പുള്ള തയ്യാറെടുപ്പ്: സാമ്പത്തിക സ്ഥിതിയും യോഗ്യതയും വിലയിരുത്തൽ

ഒരു നിയമപരമായ കേസ് ഫയൽ ചെയ്യുന്നതിന് മുമ്പ്, നിങ്ങളുടെ സാമ്പത്തിക സ്ഥിതിയും യോഗ്യതയും വിലയിരുത്തുന്നത് പ്രധാനമാണ്. ഇത് നിങ്ങളുടെ കേസ് വിജയകരമാകുമോ എന്ന് നിർണ്ണയിക്കാനും നിങ്ങളുടെ നിയമപരമായ ഓപ്ഷനുകൾ മനസ്സിലാക്കാനും സഹായിക്കും.

സാമ്പത്തിക സ്ഥിതി വിലയിരുത്തൽ

ഒരു നിയമപരമായ കേസ് ഫയൽ ചെയ്യുന്നത് സമയവും പണവും ചെലവേറിയ കാര്യമാണ്. നിങ്ങളുടെ കേസിനായി നിങ്ങൾക്ക് ആവശ്യമായ നിയമ സേവനങ്ങൾക്ക് നിങ്ങളുടെക്ക് ധനസഹായം ലഭ്യമാണോ എന്ന് വിലയിരുത്തേണ്ടത് പ്രധാനമാണ്.

നിങ്ങളുടെ സാമ്പത്തിക സ്ഥിതി വിലയിരുത്തുന്നതിന്, നിങ്ങൾ ചെയ്യേണ്ടത് ഇവയാണ്:

- നിങ്ങളുടെ ആകെ വരുമാനവും ചെലവുകളും കണക്കാക്കുക.
- നിങ്ങളുടെ നിലവിലുള്ള സാമ്പത്തിക ബാധ്യതകൾ വിലയിരുത്തുക.
- നിങ്ങളുടെ നിയമപരമായ കേസിന് ആവശ്യമായ നിയമ സേവനങ്ങളുടെ ചെലവ് കണക്കാക്കുക.

നിങ്ങളുടെ സാമ്പത്തിക സ്ഥിതി വിലയിരുത്തിയ ശേഷം, നിങ്ങളുടെ കേസിന് ആവശ്യമായ നിയമ സേവനങ്ങൾ നിങ്ങൾക്ക് താങ്ങാനാകുമോ എന്ന് നിങ്ങൾക്ക് തീരുമാനിക്കാൻ കഴിയും.

യോഗ്യത വിലയിരുത്തൽ

ഒരു നിയമപരമായ കേസ് ഫയൽ ചെയ്യുന്നതിന് നിങ്ങൾക്ക് നിയമപരമായ യോഗ്യതയുണ്ടോ എന്നും വിലയിരുത്തേണ്ടത് പ്രധാനമാണ്. ചില നിയമപരമായ കേസുകൾക്ക് പ്രത്യേക യോഗ്യത ആവശ്യമാണ്. ഉദാഹരണത്തിന്, നിങ്ങൾക്ക് ഒരു ക്രിമിനൽ കേസിൽ പ്രതിവാദിത്തം ഉണ്ടെങ്കിൽ, നിങ്ങൾ ഒരു അഭിഭാഷകനെ നിയമിക്കേണ്ടതുണ്ട്.

നിങ്ങളുടെ യോഗ്യത വിലയിരുത്തുന്നതിന്, നിങ്ങളുടെ പ്രദേശത്തെ നിയമമനുസരിച്ച് നിങ്ങൾക്ക് കേസ് ഫയൽ ചെയ്യാൻ അനുവാദമുണ്ടോ എന്ന് നിങ്ങൾ

മനസ്സിലാക്കേണ്ടതുണ്ട്. നിങ്ങളുടെ യോഗ്യതയെക്കുറിച്ച് നിങ്ങൾക്ക് സംശയമുണ്ടെങ്കിൽ, ഒരു അഭിഭാഷകനെ സമീപിക്കുക.

ഫയൽ ചെയ്യുന്നതിനു മുമ്പുള്ള തയ്യാറെടുപ്പ്

നിങ്ങളുടെ സാമ്പത്തിക സ്ഥിതിയും യോഗ്യതയും വിലയിരുത്തിയ ശേഷം, നിങ്ങൾക്ക് ഫയൽ ചെയ്യുന്നതിനു മുമ്പുള്ള തയ്യാറെടുപ്പ് ആരംഭിക്കാം. ഇതിൽ ഇനിപ്പറയുന്നവ ഉൾപ്പെടുന്നു:

- നിങ്ങളുടെ കേസിന്റെ കാര്യങ്ങൾ ശേഖരിക്കുക. ഇതിൽ നിങ്ങളുടെ കേസിന്റെ പശ്ചാത്തലം, നിങ്ങളുടെ അവകാശങ്ങൾ, നിങ്ങളുടെ എതിരാളിയുടെ അവകാശങ്ങൾ എന്നിവ ഉൾപ്പെടുന്നു.
- നിങ്ങളുടെ കേസിന്റെ തെളിവുകൾ ശേഖരിക്കുക. ഇതിൽ രേഖകൾ, ഓഡിയോ, വീഡിയോ എന്നിവ ഉൾപ്പെടുന്നു.
- നിങ്ങളുടെ കേസിന് ഒരു തന്ത്രം വികസിപ്പിക്കുക.

ഈ തയ്യാറെടുപ്പ് നിങ്ങളുടെ കേസിനെ കൂടുതൽ ശക്തമാക്കാനും നിങ്ങളുടെ വിജയസാധ്യത വർദ്ധിപ്പിക്കാനും സഹായിക്കും.

ആവശ്യമായ രേഖകളും വിവരങ്ങളും ശേഖരിക്കൽ

ഒരു നിയമപരമായ കേസ് ഫയൽ ചെയ്യുന്നതിന് മുമ്പ്, നിങ്ങളുടെ കേസിനെക്കുറിച്ച് ആവശ്യമായ രേഖകളും വിവരങ്ങളും ശേഖരിക്കേണ്ടത് പ്രധാനമാണ്. ഇത് നിങ്ങളുടെ കേസിനെക്കുറിച്ച് കൂടുതൽ മനസ്സിലാക്കാൻ നിങ്ങളെ സഹായിക്കും, നിങ്ങളുടെ കേസിന് ശക്തമായ അടിത്തറ നൽകും.

ആവശ്യമായ രേഖകൾ

നിങ്ങളുടെ കേസിനെക്കുറിച്ച് ആവശ്യമായ രേഖകൾ ഇവയാണ്:

- കേസിന്റെ പശ്ചാത്തലം വിവരിക്കുന്ന രേഖകൾ, ഉദാഹരണത്തിന് കരാറുകൾ, കത്തുകൾ, ഇമെയിൽ, ഓഡി യോ, വീഡിയോ എന്നിവ
- നിങ്ങളുടെ അവകാശങ്ങളും ബാധ്യതകളും വിവരിക്കുന്ന രേഖകൾ, ഉദാഹരണത്തിന് നിയമങ്ങൾ, ചട്ടങ്ങൾ, ഉത്തരവുകൾ എന്നിവ
- നിങ്ങളുടെ എതിരാളിയുടെ അവകാശങ്ങളും ബാധ്യതകളും വിവരിക്കുന്ന രേഖകൾ, ഉദാഹരണത്തിന് നിയമങ്ങൾ, ചട്ടങ്ങൾ, ഉത്തരവുകൾ എന്നിവ

നിങ്ങളുടെ കേസിനെക്കുറിച്ച് നിങ്ങൾക്ക് എന്തെങ്കിലും സംശയമുണ്ടെങ്കിൽ, ഒരു അഭിഭാഷകനെ സമീപിക്കുക. അഭിഭാഷകൻ നിങ്ങളുടെ കേസിനെക്കുറിച്ച് കൂടുതൽ മനസ്സിലാക്കാൻ സഹായിക്കും, ആവശ്യമായ രേഖകൾ ശേഖരിക്കാൻ നിങ്ങളെ സഹായിക്കും.

ആവശ്യമായ വിവരങ്ങൾ

നിങ്ങളുടെ കേസിനെക്കുറിച്ച് ആവശ്യമായ വിവരങ്ങൾ ഇവയാണ്:

- കേസിന്റെ പശ്ചാത്തലത്തെക്കുറിച്ചുള്ള വിവരങ്ങൾ, ഉദാഹരണത്തിന് സാക്ഷികളുടെ മൊഴികൾ, സംഭവങ്ങളുടെ ക്രമം എന്നിവ
- നിങ്ങളുടെ അവകാശങ്ങളും ബാധ്യതകളും കുറിച്ചുള്ള വിവരങ്ങൾ, ഉദാഹരണത്തിന് നിയമ പരിശീലനം, കോടതി നടപടികൾ എന്നിവ
- നിങ്ങളുടെ എതിരാളിയുടെ അവകാശങ്ങളും ബാധ്യതകളും കുറിച്ചുള്ള വിവരങ്ങൾ, ഉദാഹരണത്തിന് നിയമ പരിശീലനം, കോടതി നടപടികൾ എന്നിവ

നിങ്ങളുടെ കേസിനെക്കുറിച്ച് നിങ്ങൾക്ക് എന്തെങ്കിലും സംശയമുണ്ടെങ്കിൽ, ഒരു അഭിഭാഷകനെ സമീപിക്കുക. അഭിഭാഷകൻ നിങ്ങളുടെ കേസിനെക്കുറിച്ച് കൂടുതൽ

മനസ്സിലാക്കാൻ സഹായിക്കും, ആവശ്യമായ വിവരങ്ങൾ ശേഖരിക്കാൻ നിങ്ങളെ സഹായിക്കും.

രേഖകളും വിവരങ്ങളും ശേഖരിക്കുന്നതിന് ചില നുറുങ്ങുകൾ

- നിങ്ങളുടെ കേസിനെക്കുറിച്ച് എല്ലാ വിവരങ്ങളും ശേഖരിക്കാൻ ശ്രമിക്കുക.
- രേഖകൾ കൃത്യവും പൂർണ്ണവുമായിരിക്കണം.
- വിവരങ്ങൾ കൃത്യവും പുതിയതുമായിരിക്കണം.
- രേഖകളും വിവരങ്ങളും സുരക്ഷിതമായി സൂക്ഷിക്കുക.

രേഖകളും വിവരങ്ങളും ശേഖരിക്കുന്നതിലൂടെ, നിങ്ങളുടെ കേസിനെക്കുറിച്ച് കൂടുതൽ മനസ്സിലാക്കാൻ നിങ്ങൾക്ക് കഴിയും. ഇത് നിങ്ങളുടെ കേസിന് ശക്തമായ അടിത്തറ നൽകുകയും നിങ്ങളുടെ വിജയസാധ്യത വർദ്ധിപ്പിക്കുകയും ചെയ്യും.

ശരിയായ തരത്തിലുള്ള കടബാധ്യതാ ഫയലിംഗ് തിരഞ്ഞെടുക്കൽ

കടബാധ്യതകൾ നിയന്ത്രിക്കാൻ കഴിയാതെ വരുമ്പോൾ, കടബാധ്യതാ ഫയലിംഗ് ഒരു ഓപ്ഷനാണ്. കടബാധ്യതാ ഫയലിംഗ് നിങ്ങളുടെ കടങ്ങളിൽ നിന്ന് നിങ്ങളെ സംരക്ഷിക്കുകയും നിങ്ങളുടെ ധനകാര്യ ജീവിതം പുനഃസ്ഥാപിക്കാൻ നിങ്ങളെ സഹായിക്കുകയും ചെയ്യുന്നു. എന്നിരുന്നാലും, കടബാധ്യതാ ഫയലിംഗ് നിങ്ങളുടെ ക്രെഡിറ്റ് സ്കോറിനെ പ്രതികൂലമായി ബാധിക്കും.

കടബാധ്യതാ ഫയലിംഗിന് രണ്ട് തരങ്ങളുണ്ട്:

- ചാപ്റ്റർ 7: ഇത് കടങ്ങൾ പൂർണ്ണമായും മായ്ച്ചുകളയുന്ന ഒരു പ്രക്രിയയാണ്.
- ചാപ്റ്റർ 13: ഇത് കടങ്ങൾ പുനഃഘടന ചെയ്യുന്ന ഒരു പ്രക്രിയയാണ്.

നിങ്ങൾക്ക് ഏത് തരത്തിലുള്ള കടബാധ്യതാ ഫയലിംഗ് ഏറ്റവും അനുയോജ്യമാണെന്ന് തീരുമാനിക്കാൻ, നിങ്ങളുടെ സാമ്പത്തിക സ്ഥിതിയും നിങ്ങളുടെ ലക്ഷ്യങ്ങളും പരിഗണിക്കേണ്ടതുണ്ട്.

ചാപ്റ്റർ 7:

ചാപ്റ്റർ 7 കടബാധ്യതാ ഫയലിംഗ് നിങ്ങളുടെ എല്ലാ കടങ്ങളും പൂർണ്ണമായും മായ്ച്ചുകളയുന്നു.

എന്നിരുന്നാലും, ഈ പ്രക്രിയയ്ക്ക് നിങ്ങളുടെ എല്ലാ ഭൂസ്വത്തും മറ്റ് അസറ്റുകളും നഷ്ടപ്പെടാം.

ചാപ്റ്റർ 7 കടബാധ്യതാ ഫയലിംഗ് ഏറ്റവും അനുയോജ്യമായത് ഇനിപ്പറയുന്ന സാഹചര്യങ്ങളിൽ ആണ്:

- നിങ്ങളുടെ കടങ്ങൾ നിങ്ങളുടെ വരുമാനത്തെക്കാൾ വളരെ കൂടുതലാണ്.
- നിങ്ങളുടെ കടങ്ങൾ നിങ്ങളുടെ ജീവിതനിലവാരത്തെ ബാധിക്കുന്നു.
- നിങ്ങളുടെ കടങ്ങൾ നിങ്ങൾക്ക് പുനഃസ്ഥാപിക്കാൻ കഴിയില്ല.

ചാപ്റ്റർ 13:

ചാപ്റ്റർ 13 കടബാധ്യതാ ഫയലിംഗ് നിങ്ങളുടെ കടങ്ങൾ പുനഃഘടന ചെയ്യുന്നു. നിങ്ങളുടെ കടങ്ങൾ നിങ്ങളുടെ വരുമാനത്തെക്കാൾ കൂടുതലാണെങ്കിലും, നിങ്ങൾക്ക് ചില അസറ്റുകളും നിലനിർത്താൻ കഴിയും.

ചാപ്റ്റർ 13 കടബാധ്യതാ ഫയലിംഗ് ഏറ്റവും അനുയോജ്യമായത് ഇനിപ്പറയുന്ന സാഹചര്യങ്ങളിൽ ആണ്:

- നിങ്ങളുടെ കടങ്ങൾ നിങ്ങളുടെ വരുമാനത്തെക്കാൾ കൂടുതലാണ്, എന്നാൽ

നിങ്ങൾക്ക് നിങ്ങളുടെ എല്ലാ അസറ്റുകളും നഷ്ടപ്പെടുത്താൻ താൽപ്പര്യമില്ല.

- നിങ്ങളുടെ കടങ്ങൾ നിങ്ങളുടെ ജീവിതനിലവാരത്തെ ബാധിക്കുന്നു, പക്ഷേ നിങ്ങൾക്ക് അവ പൂർണ്ണമായും മായ്ച്ചുകളയേണ്ട ആവശ്യമില്ല.
- നിങ്ങളുടെ കടങ്ങൾ നിങ്ങൾക്ക് പുനഃസ്ഥാപിക്കാൻ കഴിയും, പക്ഷേ നിങ്ങൾക്ക് കുറച്ച് സമയം ആവശ്യമാണ്.

**കടബാധ്യതാ ഫയലിംഗ് തീരുമാനം എടുക്കുന്നതിന് മുമ്പ്, ഒരു കടബാധ്യതാ അഭിഭാഷകനുമായി സംസാരിക്കുന്നത് നല്ലതാണ്. അവർ നിങ്ങളുടെ സാമ്പത്തിക സ്ഥിതി വിലയിരുത്തുകയും നിങ്ങൾക്ക് ഏറ്റവും അനുയോജ്യമായ കടബാധ്യതാ ഫയലിംഗ് തരം നിർദ്

കടബാധ്യതാ ഹർജി പൂരിപ്പിച്ച് ഫയൽ ചെയ്യൽ

കടബാധ്യതകൾ നിയന്ത്രിക്കാൻ കഴിയാതെ വരുമ്പോൾ, കടബാധ്യതാ ഫയലിംഗ് ഒരു ഓപ്ഷനാണ്. കടബാധ്യതാ ഫയലിംഗ് നിങ്ങളുടെ കടങ്ങളിൽ നിന്ന് നിങ്ങളെ സംരക്ഷിക്കുകയും നിങ്ങളുടെ ധനകാര്യ ജീവിതം പുനഃസ്ഥാപിക്കാൻ നിങ്ങളെ സഹായിക്കുകയും ചെയ്യുന്നു.

കടബാധ്യതാ ഫയലിംഗ് നടപടിക്രമം ആരംഭിക്കുന്നതിന്, നിങ്ങൾ ഒരു കടബാധ്യതാ ഹർജി പൂരിപ്പിച്ച് ഫയൽ ചെയ്യണം. കടബാധ്യതാ ഹർജി പൂരിപ്പിക്കുന്നത് ഒരു പ്രധാനപ്പെട്ട ഘട്ടമാണ്, കാരണം ഇത് കോടതിക്ക് നിങ്ങളുടെ സാമ്പത്തിക സ്ഥിതിയും കടബാധ്യതകളും വിലയിരുത്താൻ സഹായിക്കുന്നു.

കടബാധ്യതാ ഹർജി പൂരിപ്പിക്കുന്നതിന്, നിങ്ങൾക്ക് ഒരു കടബാധ്യതാ അഭിഭാഷകനെ സഹായം തേടാം. ഒരു കടബാധ്യതാ അഭിഭാഷകൻ നിങ്ങളുടെ സാമ്പത്തിക സ്ഥിതി വിലയിരുത്തുകയും നിങ്ങളുടെ ഹർജി ശരിയായി പൂരിപ്പിക്കാൻ നിങ്ങളെ സഹായിക്കുകയും ചെയ്യും.

നിങ്ങൾ സ്വയം ഹർജി പൂരിപ്പിക്കാൻ തീരുമാനിക്കുകയാണെങ്കിൽ, നിങ്ങളുടെ പ്രദേശത്തെ കോടതിയുടെ വെബ്സൈറ്റിൽ

നിന്ന് ഹർജി ഫോം ഡൗൺലോഡ് ചെയ്യാം. ഹർജി പൂരിപ്പിക്കുന്നതിന് മുമ്പ്, ഹർജിയുടെ നിബന്ധനകളും വ്യവസ്ഥകളും ശ്രദ്ധാപൂർവ്വം വായിക്കുക.

കടബാധ്യതാ ഹർജിയിൽ ഉൾപ്പെടുത്തേണ്ട വിവരങ്ങൾ ഇവയാണ്:

- നിങ്ങളുടെ അടിസ്ഥാന വിവരങ്ങൾ (പേര്, വിലാസം, ജനനത്തീയതി, വരുമാനം, ചെലവുകൾ മുതലായവ)
- നിങ്ങളുടെ കടങ്ങളുടെ പട്ടിക (കടക്കാരന്റെ പേര്, തുക, തരം മുതലായവ)
- നിങ്ങളുടെ അസറ്റുകളുടെ പട്ടിക (വീട്, കാർ, മറ്റ് സ്വത്തുക്കൾ മുതലായവ)

കടബാധ്യതാ ഹർജി പൂരിപ്പിക്കുമ്പോൾ, ശ്രദ്ധിക്കേണ്ട ചില കാര്യങ്ങൾ ഇവയാണ്:

- എല്ലാ വിവരങ്ങളും കൃത്യമായിയും പൂർണ്ണമായും നൽകുക.
- എല്ലാ ചോദ്യങ്ങൾക്കും ഉത്തരം നൽകുക.
- ഹർജി സമയബന്ധിതമായി ഫയൽ ചെയ്യുക.

കടബാധ്യതാ ഹർജി ശരിയായി പൂരിപ്പിച്ച ശേഷം, നിങ്ങൾ അത് നിങ്ങളുടെ പ്രദേശത്തെ കോടതിയിൽ ഫയൽ ചെയ്യണം. കോടതി നിങ്ങളുടെ ഹർജി പരിശോധിക്കുകയും

നിങ്ങൾക്ക് കടബാധ്യതാ സംരക്ഷണം അനുവദിക്കുകയും ചെയ്യും.

കടബാധ്യതാ ഹർജി പൂരിപ്പിക്കുന്നതിനുള്ള ഒരു ഘട്ടം ഘട്ടം മാർഗ്ഗനിർദ്ദേശം ഇതാ:

ഘട്ടം 1: നിങ്ങളുടെ സാമ്പത്തിക സ്ഥിതി വിലയിരുത്തുക

നിങ്ങളുടെ കടബാധ്യതാ ഹർജി പൂരിപ്പിക്കുന്നതിന് മുമ്പ്, നിങ്ങളുടെ സാമ്പത്തിക സ്ഥിതി വിലയിരുത്തുക. ഇത് നിങ്ങളുടെ കടങ്ങളുടെ പൂർണ്ണമായ പട്ടിക തയ്യാറാക്കാനും നിങ്ങളുടെ വരുമാനം എത്രത്തോളം നിങ്ങളുടെ ചെലവ

യാന്ത്രിക സ്റ്റേ: കടബാധ്യക്കാരൻ-പിണയക്കാരൻ ബന്ധങ്ങളിലെ പ്രത്യാഘാതം

കടബാധ്യതകൾ നിയന്ത്രിക്കാൻ കഴിയാതെ വരുമ്പോൾ, കടബാധ്യക്കാരൻ-പിണയക്കാരൻ ബന്ധങ്ങളിൽ പിരിമുറുക്കം സൃഷ്ടിക്കാം. കടബാധ്യതകൾ പരിഹരിക്കുന്നതിൽ പ്രതിബദ്ധതയില്ലാത്ത ഒരു പങ്കാളി മറ്റൊരു പങ്കാളിയുടെ ധനകാര്യ സ്ഥിതിയെയും ബന്ധത്തെയും പ്രതികൂലമായി ബാധിച്ചേക്കാം.

യാന്ത്രിക സ്റ്റേ എന്നത് കടബാധ്യതാ ഫയലിംഗ് നടപടിക്രമത്തിന്റെ ഒരു ഭാഗമാണ്. ഇത് കടക്കാരനെയും അവരുടെ പിണയക്കാരനെയും കടക്കാരുടെ കടങ്ങളിൽ നിന്ന് സംരക്ഷിക്കുന്നു. യാന്ത്രിക സ്റ്റേ ഉള്ളതിനാൽ, കടക്കാരന്റെ പിണയക്കാരനെതിരെ കടക്കാരുടെ കടക്കാർ നടപടിയെടുക്കാൻ കഴിയില്ല. ഇത് പിണയക്കാരന്റെ വരുമാനം, അസറ്റങ്ങൾ, സ്ഥിരതാമസസ്ഥലം എന്നിവയെ സംരക്ഷിക്കുന്നു.

യാന്ത്രിക സ്റ്റേ കടബാധ്യക്കാരൻ-പിണയക്കാരൻ ബന്ധങ്ങളിൽ ചില പ്രത്യാഘാതങ്ങൾ ഉണ്ടാക്കിയേക്കാം.

- പിരിമുറുക്കം വർദ്ധിപ്പിക്കാം: യാന്ത്രിക സ്റ്റേ കാരണം, കടക്കാരന്റെ പിണയക്കാരൻ അവരുടെ കടക്കാരുടെ നടപടികളിൽ നിന്ന്

സംരക്ഷിക്കപ്പെടുന്നു. ഇത് കടക്കാരനെ അസ്വസ്ഥനാക്കുകയും അവരുടെ പിണയക്കാരനോട് കുറ്റബോധം തോന്നിപ്പിക്കുകയും ചെയ്യാം.

- ബന്ധത്തിലെ വിശ്വാസം തകർന്നേക്കാം: കടക്കാരൻ അവരുടെ പിണയക്കാരനെ പിന്തുണയ്ക്കാൻ തയ്യാറല്ലെന്ന് തോന്നുന്നുവെങ്കിൽ, ഇത് ബന്ധത്തിലെ വിശ്വാസം തകർന്നേക്കാം.
- ബന്ധം അവസാനിപ്പിക്കാൻ കാരണമാകും: കടബാധ്യതകൾ ബന്ധത്തെ അമിതമായി ബാധിക്കുന്നുവെങ്കിൽ, പിണയക്കാർ ബന്ധം അവസാനിപ്പിക്കാൻ തീരുമാനിച്ചേക്കാം.

യാന്ത്രിക സ്റ്റേ ഉള്ള കടബാധ്യക്കാരൻ-പിണയക്കാരൻ ബന്ധങ്ങളിൽ വിജയിക്കാൻ ചില കാര്യങ്ങൾ ചെയ്യാം.

- വിശ്വാസം നിലനിർത്തുക: കടബാധ്യതകൾ ബന്ധത്തെ ബാധിക്കുന്നുണ്ടെങ്കിലും, പങ്കാളികൾ തമ്മിലുള്ള വിശ്വാസം നിലനിർത്തേണ്ടത് പ്രധാനമാണ്.
- ബന്ധത്തെക്കുറിച്ച് തുറന്ന് സംസാരിക്കുക: കടബാധ്യതകൾ ബന്ധത്തെ എങ്ങനെ ബാധിക്കുന്നുവെന്ന് പങ്കാളികൾ തുറന്ന് സംസാരിക്കേണ്ടത് പ്രധാനമാണ്.

- സഹായം തേടുക: കടബാധ്യതകൾ ബന്ധത്തെ അമിതമായി ബാധിക്കുന്നുവെങ്കിൽ, പങ്കാളികൾ ഒരു കുടുംബ തെറാപ്പിസ്റ്റിന്റെ സഹായം തേടാം.

യാന്ത്രിക സ്റ്റേ കടബാധ്യക്കാരൻ-പിണയക്കാരൻ ബന്ധങ്ങളിൽ ചില പ്രത്യാഘാതങ്ങൾ ഉണ്ടാക്കിയേക്കാം. എന്നിരുന്നാലും, പങ്കാളികൾ തമ്മിലുള്ള വിശ്വാസം, ആശയവിനിമയം, പിന്തുണ എന്നിവയിലൂടെ ഈ പ്രത്യാഘാതങ്ങൾ മറികടക്കാൻ കഴിയും.

Chapter 4: The Core of Bankruptcy: Debt and Repayment

അദ്ധ്യായം 4: കടബാധ്യതയുടെ കാതൽ: കടബാധ്യതയും തിരിച്ചടവും

കടബാധ്യതകൾ തിരിച്ചറിയുകയും തരം തിരിക്കുകയും ചെയ്യുന്നു: സുരക്ഷിതമായ vs സുരക്ഷിതമല്ലാത്ത, സ്വതന്ത്രമാക്കാവുന്ന vs സ്വതന്ത്രമാക്കാനാവാത്ത

കടബാധ്യതകൾ തിരിച്ചറിയുകയും തരം തിരിക്കുകയും ചെയ്യുന്നത് നിങ്ങളുടെ സാമ്പത്തിക സ്ഥിതി മനസ്സിലാക്കുന്നതിനും കടബാധ്യതകൾ പരിഹരിക്കുന്നതിന് ഒരു തന്ത്രം വികസിപ്പിക്കുന്നതിനും പ്രധാനമാണ്.

കടബാധ്യതകൾ തരംതിരിക്കാൻ രണ്ട് പ്രധാന മാർഗങ്ങളുണ്ട്:

- സുരക്ഷിതമായ vs സുരക്ഷിതമല്ലാത്ത:

സുരക്ഷിതമായ കടബാധ്യതകൾ നിങ്ങളുടെ സ്വത്തും മറ്റ് അസറ്റങ്ങളും ഉപയോഗിച്ച് ആവശ്യമെങ്കിൽ ഈടാക്കാൻ കഴിയുന്ന കടങ്ങളാണ്. സാധാരണയായി, ഈടുള്ള

കടങ്ങളിൽ വായ്പകൾ, ക്രെഡിറ്റ് കാർഡ് ബില്ലുകൾ, ഭവന വായ്പകൾ എന്നിവ ഉൾപ്പെടുന്നു.

സുരക്ഷിതമല്ലാത്ത കടബാധ്യതകൾ നിങ്ങളുടെ സ്വത്തും മറ്റ് അസറ്റങ്ങളും ഉപയോഗിച്ച് ആവശ്യമെങ്കിൽ ഈടാക്കാൻ കഴിയുന്ന കടങ്ങളല്ല. സാധാരണയായി, ഈടില്ലാത്ത കടങ്ങളിൽ വാടക, കരുതൽ തുകകൾ, പേയ്മെന്റ് പ്ലാൻകൾ എന്നിവ ഉൾപ്പെടുന്നു.

- സ്വതന്ത്രമാക്കാവുന്ന vs സ്വതന്ത്രമാക്കാനാവാത്ത:

സ്വതന്ത്രമാക്കാവുന്ന കടബാധ്യതകൾ നിങ്ങളുടെ വരുമാനം ഉപയോഗിച്ച് മാത്രം പരിഹരിക്കാൻ കഴിയുന്ന കടങ്ങളാണ്. സാധാരണയായി, ഈ കടങ്ങളിൽ വായ്പകൾ, ക്രെഡിറ്റ് കാർഡ് ബില്ലുകൾ എന്നിവ ഉൾപ്പെടുന്നു.

സ്വതന്ത്രമാക്കാനാവാത്ത കടബാധ്യതകൾ നിങ്ങളുടെ വരുമാനം ഉപയോഗിച്ച് പരിഹരിക്കാൻ കഴിയുന്നില്ല, മറിച്ച് നിങ്ങളുടെ സ്വത്തും മറ്റ് അസറ്റങ്ങളും വിൽക്കുന്നതിലൂടെ മാത്രമേ പരിഹരിക്കാൻ കഴിയൂ. സാധാരണയായി, ഈ കടങ്ങളിൽ ഭവന വായ്പകൾ, വാഹന വായ്പകൾ എന്നിവ ഉൾപ്പെടുന്നു.

നിങ്ങളുടെ കടബാധ്യതകൾ തിരിച്ചറിയുന്നതിന്, നിങ്ങൾക്ക് ഒരു കടബാധ്യത പട്ടിക തയ്യാറാക്കാം. ഈ പട്ടികയിൽ നിങ്ങളുടെ എല്ലാ കടങ്ങളുടെയും വിവരങ്ങൾ ഉൾപ്പെടുത്തണം, അതിൽ കടക്കാരന്റെ പേര്, തുക, തരം, ഈടുണ്ടോ എന്നിവ ഉൾപ്പെടുന്നു.

ഒരിക്കൽ നിങ്ങളുടെ കടബാധ്യതകൾ തിരിച്ചറിഞ്ഞുകഴിഞ്ഞാൽ, നിങ്ങൾ അവ തരംതിരിക്കാം. ഇത് നിങ്ങളുടെ സാമ്പത്തിക സ്ഥിതി മനസ്സിലാക്കുന്നതിനും കടബാധ്യതകൾ പരിഹരിക്കുന്നതിന് ഒരു തന്ത്രം വികസിപ്പിക്കുന്നതിനും നിങ്ങളെ സഹായിക്കും.

**ഉദാഹരണത്തിന്, നിങ്ങൾക്ക് സുരക്ഷിതവും സ്വതന്ത്രമാക്കാവുന്നതുമായ നിരവധി ചെറിയ കടബാധ്യതകളുണ്ടെങ്കിൽ, അവ പരിഹരിക്കുന്നത് സാധാരണയായി എളുപ്പമാണ്. നിങ്ങൾക്ക് സുരക്ഷിതമല്ലാത്തതോ സ്വതന്ത്രമാക്കാനാവാത്തതോ ആയ നിരവധി വലിയ കടബാധ്യതകളുണ്ടെങ്കിൽ, അവ പരിഹരിക്കാൻ കൂടുതൽ സമയവും പരിശ്രമവും ആവശ്യമായി വന്നേക്കാം

ഒഴിവാക്കൽ അവകാശപ്പെടൽ: അനിവാര്യമായ ആസ്തികളെ സ്വത്ത് നഷ്ടത്തിൽ നിന്ന് സംരക്ഷിക്കുന്നു

അവതാരിക

ഒരു വ്യക്തിയുടെ മരണശേഷം, അവരുടെ സ്വത്ത് അവരുടെ അവകാശികൾക്ക് കൈമാറ്റം ചെയ്യപ്പെടുന്നു. എന്നിരുന്നാലും, ചില സന്ദർഭങ്ങളിൽ, ഒരു വ്യക്തി തങ്ങളുടെ മരണശേഷം ചില പ്രത്യേക ആസ്തികൾ അവരുടെ അവകാശികൾക്ക് കൈമാറ്റം ചെയ്യാൻ ആഗ്രഹിച്ചേക്കാം. ഇതിനായി, അവർക്ക് ഒഴിവാക്കൽ അവകാശപ്പെടൽ (exemption claim) നടപടിക്രമം ഉപയോഗിക്കാം.

ഒഴിവാക്കൽ അവകാശപ്പെടൽ എന്നത് ഒരു നിയമപരമായ നടപടിക്രമമാണ്, ഇത് ഒരു വ്യക്തിക്ക് അവരുടെ മരണശേഷം ചില പ്രത്യേക ആസ്തികൾ അവരുടെ അവകാശികൾക്ക് കൈമാറ്റം ചെയ്യാൻ അനുവദിക്കുന്നു. ഈ ആസ്തികൾ "ഒഴിവാക്കൽ ആസ്തികൾ" എന്ന് അറിയപ്പെടുന്നു.

ഒഴിവാക്കൽ അവകാശപ്പെടൽ നടപടിക്രമം ഇന്ത്യൻ നിയമത്തിലെ സെക്ഷൻ 130 ൽ പരാമർശിച്ചിട്ടുണ്ട്. ഈ വകുപ്പ് അനുസരിച്ച്, ഒരു വ്യക്തിക്ക് അവരുടെ മരണശേഷം താഴെ പറയുന്ന ആസ്തികൾ ഒഴിവാക്കൽ ആസ്തികളായി അവകാശപ്പെടാം:

- അവരുടെ ഭാര്യ, ഭർത്താവ്, അല്ലെങ്കിൽ കുട്ടികൾക്ക് അവകാശപ്പെട്ട ആസ്തികൾ.
- അവരുടെ മാതാപിതാക്കൾക്ക് അവകാശപ്പെട്ട ആസ്തികൾ.
- അവരുടെ മരണശേഷം അവരുടെ പരിചരണം ഏറ്റെടുക്കാൻ സന്നദ്ധരായ ഒരു വ്യക്തിക്ക് അവകാശപ്പെട്ട ആസ്തികൾ.

ഒഴിവാക്കൽ അവകാശപ്പെടൽ നടപടിക്രമം

ഒരു വ്യക്തി ഒഴിവാക്കൽ അവകാശപ്പെടാൻ ആഗ്രഹിക്കുന്നുവെങ്കിൽ, അവർക്ക് ഒരു ഒഴിവാക്കൽ അവകാശപ്പെടൽ അപേക്ഷ സമർപ്പിക്കേണ്ടതുണ്ട്. ഈ അപേക്ഷയിൽ, ഒഴിവാക്കൽ ആസ്തികളുടെ പട്ടികയും അവയെ ആർക്കാണ് ഒഴിവാക്കൽ ചെയ്യാൻ ആഗ്രഹിക്കുന്നതെന്നും വ്യക്തമാക്കണം.

ഒഴിവാക്കൽ അവകാശപ്പെടൽ അപേക്ഷ സമർപ്പിക്കുന്നത് ഏതെങ്കിലും സിവിൽ കോടതിയിൽ ആകാം. അപേക്ഷ സമർപ്പിച്ചതിന് ശേഷം, കോടതി അപേക്ഷ പരിഗണിക്കുകയും ഒഴിവാക്കൽ അവകാശപ്പെടൽ അനുവദിക്കാൻ തീരുമാനിക്കുകയാണെങ്കിൽ, ഒരു ഉത്തരവ് പുറപ്പെടുവിക്കും.

ഒഴിവാക്കൽ അവകാശപ്പെടൽ ഉത്തരവ് പുറപ്പെടുത്തിയതിന് ശേഷം, ഒഴിവാക്കൽ

ആസ്തികൾ ഒഴിവാക്കൽ അവകാശമുള്ളയാളിൽ വരും.

ഒഴിവാക്കൽ അവകാശപ്പെടലിന്റെ പ്രാധാന്യം

ഒഴിവാക്കൽ അവകാശപ്പെടൽ ഒരു വ്യക്തിക്ക് അവരുടെ മരണശേഷം അവരുടെ അനിവാര്യമായ ആസ്തികൾ അവരുടെ അവകാശികൾക്ക് കൈമാറ്റം ചെയ്യാൻ ഒരു പ്രധാന മാർഗമാണ്. ഇത് അവരുടെ ആസ്തികളുടെ തുല്യമായ വിതരണം ഉറപ്പാക്കാൻ സഹായിക്കുന്നു.

ഒഴിവാക്കൽ അവകാശപ്പെടൽ ഉപയോഗിച്ച്, ഒരു വ്യക്തിക്ക് അവരുടെ മരണശേഷം അവരുടെ ഭാര്യ, ഭർത്താവ്, കുട്ടികൾ, മാതാപിതാക്ക

അദ്ധ്യായം 13 തിരിച്ചടവ് പദ്ധതി വികസിപ്പിക്കുന്നു: സാമ്പത്തിക കുതിച്ചുയർച്ചയിലേക്കുള്ള റോഡ്മാപ്പ് സൃഷ്ടിക്കുന്നു

ആമുഖം

അദ്ധ്യായം 13 തിരിച്ചടവ് പദ്ധതി ഒരു ഫെഡറൽ നിയമമാണ്, ഇത് കടബാധ്യതയുള്ള വ്യക്തികൾക്കും കുടുംബങ്ങൾക്കും അവരുടെ കടബാധ്യതകൾ പുനഃക്രമീകരിക്കാനും തിരിച്ചടയ്ക്കാനുമുള്ള ഒരു മാർഗം നൽകുന്നു. ഈ പദ്ധതി അംഗീകരിച്ചാൽ, കടക്കാരൻ ഒരു പദ്ധതി വികസിപ്പിക്കുകയും അത് കോടതി അംഗീകരിക്കുകയും ചെയ്യണം. പദ്ധതി കടക്കാരന്റെ വരുമാനവും ചെലവുകളും അടിസ്ഥാനമാക്കി രൂപകൽപ്പന ചെയ്യപ്പെടുന്നു, കൂടാതെ ഇത് കടക്കാരന്റെ കടബാധ്യതകൾ കുറയ്ക്കുകയോ തിരിച്ചടയ്ക്കേണ്ട സമയം നീട്ടിയേക്കാം.

അദ്ധ്യായം 13 തിരിച്ചടവ് പദ്ധതി വികസിപ്പിക്കുന്നത് സാമ്പത്തിക കുതിച്ചുയർച്ചയിലേക്കുള്ള ഒരു റോഡ്മാപ്പ് സൃഷ്ടിക്കുന്നതുപോലെയാണ്. ഈ പദ്ധതി കടക്കാരന് അവരുടെ കടബാധ്യതകൾ കാര്യക്ഷമമായി കൈകാര്യം ചെയ്യാൻ സഹായിക്കുന്നു, ഇത് അവരുടെ സാമ്പത്തിക സ്ഥിതി മെച്ചപ്പെടുത്താൻ സഹായിക്കും. കടക്കാരന് അവരുടെ വരുമാനം

വർദ്ധിപ്പിക്കാനും ചെലവു കുറയ്ക്കാനും കഴിയുമെങ്കിൽ, അവർക്ക് കടബാധ്യതകൾ പൂർണ്ണമായും തിരിച്ചടയ്ക്കാൻ കഴിയും.

അദ്ധ്യായം 13 തിരിച്ചടവ് പദ്ധതിയുടെ ഘട്ടങ്ങൾ

അദ്ധ്യായം 13 തിരിച്ചടവ് പദ്ധതി വികസിപ്പിക്കുന്നതിന്, കടക്കാരൻ താഴെപ്പറയുന്ന ഘട്ടങ്ങൾ പാലിക്കേണ്ടതുണ്ട്:

1. ഒരു അഭിഭാഷകനെ കണ്ടുമുട്ടുക: ഒരു അഭിഭാഷകൻ കടക്കാരന് അദ്ധ്യായം 13 തിരിച്ചടവ് പദ്ധതിയുടെ പ്രക്രിയയെക്കുറിച്ച് കൂടുതൽ വിവരങ്ങൾ നൽകാനും പദ്ധതി വികസിപ്പിക്കുന്നതിൽ അവരെ സഹായിക്കാനും കഴിയും.
2. കടബാധ്യതകളുടെ പട്ടിക തയ്യാറാക്കുക: കടക്കാരൻ അവരുടെ എല്ലാ കടബാധ്യതകളും ഒരു പട്ടികയിൽ രേഖപ്പെടുത്തണം. ഇതിൽ വായ്പകൾ, ക്രെഡിറ്റ് കാർഡ് ബില്ലുകൾ, റിയൽ എസ്റ്റേറ്റ് ബാധ്യതകൾ എന്നിവ ഉൾപ്പെടുന്നു.
3. വരുമാനവും ചെലവുകളും വിലയിരുത്തുക: കടക്കാരൻ അവരുടെ വരുമാനവും ചെലവുകളും വിലയിരുത്തണം. ഇത് പദ്ധതിയുടെ ലക്ഷ്യങ്ങൾ നിർണ്ണയിക്കാൻ സഹായിക്കും.
4. ഒരു പദ്ധതി വികസിപ്പിക്കുക: കടക്കാരനും അഭിഭാഷകനും ഒരു പദ്ധതി

വികസിപ്പിക്കണം. ഈ പദ്ധതി കടക്കാരന്റെ കടബാധ്യതകൾ തിരിച്ചടയ്ക്കാനുള്ള ഒരു പ്ലാനിംഗ് മെഷീനാണ്.

5. പദ്ധതി കോടതിയിൽ സമർപ്പിക്കുക: പദ്ധതി കോടതിയിൽ സമർപ്പിക്കണം. കോടതി പദ്ധതി അംഗീകരിക്കുകയാണെങ്കിൽ, അത് കടക്കാരന്റെ കടബാധ്യതകൾ പുനഃക്രമീകരിക്കുന്നു.

പിണയക്കാരുമായി കടബാധ്യത തീർപ്പാക്കൽ ചർച്ചകൾ: ബദൽ പരിഹാരങ്ങൾ തേടുന്നു

ആമുഖം

കടബാധ്യതയുള്ള വ്യക്തികൾക്കും കുടുംബങ്ങൾക്കും അവരുടെ കടബാധ്യതകൾ തിരിച്ചടയ്ക്കാൻ സഹായിക്കുന്നതിനുള്ള നിരവധി മാർഗങ്ങളുണ്ട്. ഒരു സാധാരണ മാർഗം പിണയക്കാരുമായി കടബാധ്യത തീർപ്പാക്കൽ ചർച്ചകൾ നടത്തുക എന്നതാണ്. ഈ ചർച്ചകൾ കടക്കാരനും കടക്കാരനും തമ്മിലുള്ള ഒരു കരാറിലെത്തുന്നതിന് ലക്ഷ്യമിടുന്നു, ഇത് കടക്കാരന് കടബാധ്യതകൾ തിരിച്ചടയ്ക്കുന്നതിനുള്ള ഒരു പുതിയ ഷെഡ്യൂൾ അല്ലെങ്കിൽ മറ്റ് വ്യവസ്ഥകൾ ഉൾക്കൊള്ളുന്നു.

പിണയക്കാരുമായി കടബാധ്യത തീർപ്പാക്കൽ ചർച്ചകൾ നടത്തുന്നത് പലപ്പോഴും വെല്ലുവിളി നിറഞ്ഞതാണ്. കടക്കാരൻ അവരുടെ കടബാധ്യതകൾ പൂർണ്ണമായും തിരിച്ചടയ്ക്കാൻ കഴിയുമോ എന്നതിനെക്കുറിച്ച് കടക്കാരന് ആശങ്കയുണ്ടായിരിക്കാം. കടക്കാരൻ കടബാധ്യതകൾ തിരിച്ചടയ്ക്കാൻ കഴിയുമെന്ന് കടക്കാരന് ബോധ്യപ്പെടുത്താൻ കടക്കാരൻ ശ്രമിക്കണം.

പിണയക്കാരുമായി കടബാധ്യത തീർപ്പാക്കൽ ചർച്ചകൾക്ക് തയ്യാറെടുക്കൽ

പിണയക്കാരുമായി കടബാധ്യത തീർപ്പാക്കൽ ചർച്ചകൾക്ക് തയ്യാറെടുക്കുന്നതിന്, കടക്കാരൻ താഴെപ്പറയുന്ന കാര്യങ്ങൾ ചെയ്യണം:

- കടബാധ്യതകളുടെ പട്ടിക തയ്യാറാക്കുക: കടക്കാരൻ അവരുടെ എല്ലാ കടബാധ്യതകളും ഒരു പട്ടികയിൽ രേഖപ്പെടുത്തണം. ഈ പട്ടികയിൽ വായ്പകൾ, ക്രെഡിറ്റ് കാർഡ് ബില്ലുകൾ, റിയൽ എസ്റ്റേറ്റ് ബാധ്യതകൾ എന്നിവ ഉൾപ്പെടുന്നു.
- വരുമാനവും ചെലവുകളും വിലയിരുത്തുക: കടക്കാരൻ അവരുടെ വരുമാനവും ചെലവുകളും വിലയിരുത്തണം. ഇത് കടക്കാരന്റെ കടബാധ്യതകൾ തിരിച്ചടയ്ക്കാനുള്ള കഴിവ് നിർണ്ണയിക്കാൻ സഹായിക്കും.
- ഒരു അഭിഭാഷകനെ കണ്ടുമുട്ടുക: ഒരു അഭിഭാഷകൻ കടക്കാരന് പിണയക്കാരുമായി കടബാധ്യത തീർപ്പാക്കൽ ചർച്ചകൾ നടത്തുന്നതിൽ സഹായിക്കാനും കടക്കാരന്റെ അവകാശങ്ങളും ബാധ്യതകളും മനസ്സിലാക്കാൻ സഹായിക്കാനും കഴിയും.

പിണയക്കാരുമായി കടബാധ്യത തീർപ്പാക്കൽ ചർച്ചകൾ

പിണയക്കാരുമായി കടബാധ്യത തീർപ്പാക്കൽ ചർച്ചകൾ നടത്തുന്നത് ഒരു സമാധാനപരമായ പ്രക്രിയയായിരിക്കണം. കടക്കാരനും കടക്കാരനും പരസ്പരം ബഹുമാനത്തോടെ പെരുമാറണം. ചർച്ചകളുടെ ലക്ഷ്യം ഒരു കരാറിലേത്തുക എന്നതാണ്, ഇത് രണ്ട് ഭാഗങ്ങൾക്കും പ്രയോജനകരമാകണം.

ചർച്ചകളുടെ ആദ്യ ഘട്ടത്തിൽ, കടക്കാരൻ അവരുടെ കടബാധ്യതകളുടെ സാമ്പത്തിക സ്ഥിതി കടക്കാരനോട് വിശദീകരിക്കണം. കടക്കാരൻ എത്രത്തോളം കടബാധ്യതയുണ്ട്, അവർക്ക് എത്രത്ത

പിണയക്കാർ മീറ്റിംഗ്: ആശങ്കകൾ പരിഹരിക്കുകയും ഐക്യത്തിലെത്തുകയും ചെയ്യുന്നു

ആമുഖം

പിണയക്കാർ മീറ്റിംഗ് എന്നത് കടക്കാരനും കടക്കാരനും തമ്മിലുള്ള ഒരു ചർച്ചയാണ്, ഇത് കടക്കാരന്റെ കടബാധ്യതകൾ തിരിച്ചടയ്ക്കുന്നതിനുള്ള ഒരു പരിഹാരം കണ്ടെത്തുന്നതിന് ലക്ഷ്യമിടുന്നു. ഈ ചർച്ചകൾ പലപ്പോഴും വെല്ലുവിളി നിറഞ്ഞതാണ്, കാരണം കടക്കാരനും കടക്കാരനും പരസ്പരം വ്യത്യസ്ത ആശങ്കകളും താൽപ്പര്യങ്ങളും ഉണ്ടായിരിക്കാം.

എന്നിരുന്നാലും, പിണയക്കാർ മീറ്റിംഗുകൾ വിജയകരമാകാൻ കഴിയും. രണ്ട് ഭാഗങ്ങളും പരസ്പരം ബഹുമാനത്തോടെ പെരുമാറുകയും ഒരു പരിഹാരം കണ്ടെത്തുന്നതിന് പ്രതിബദ്ധത കാണിക്കുകയും ചെയ്താൽ, അവർക്ക് ഒരു ഐക്യപൂർണ്ണമായ കരാറിലെത്താൻ കഴിയും.

പിണയക്കാർ മീറ്റിംഗിന് തയ്യാറെടുക്കൽ

പിണയക്കാർ മീറ്റിംഗിന് തയ്യാറെടുക്കുന്നതിന്, കടക്കാരനും കടക്കാരനും താഴെപ്പറയുന്ന കാര്യങ്ങൾ ചെയ്യണം:

- കടബാധ്യതകളുടെ പട്ടിക തയ്യാറാക്കുക: കടക്കാരൻ അവരുടെ എല്ലാ

കടബാധ്യതകളും ഒരു പട്ടികയിൽ രേഖപ്പെടുത്തണം. ഈ പട്ടികയിൽ വായ്പകൾ, ക്രെഡിറ്റ് കാർഡ് ബില്ലുകൾ, റിയൽ എസ്റ്റേറ്റ് ബാധ്യതകൾ എന്നിവ ഉൾപ്പെടുന്നു.

- വരുമാനവും ചെലവുകളും വിലയിരുത്തുക: കടക്കാരൻ അവരുടെ വരുമാനവും ചെലവുകളും വിലയിരുത്തണം. ഇത് കടക്കാരന്റെ കടബാധ്യതകൾ തിരിച്ചടയ്ക്കാനുള്ള കഴിവ് നിർണ്ണയിക്കാൻ സഹായിക്കും.
- ഒരു അഭിഭാഷകനെ കണ്ടുമുട്ടുക: ഒരു അഭിഭാഷകൻ കടക്കാരന് പിണയക്കാർ മീറ്റിംഗിന് തയ്യാറെടുക്കുന്നതിൽ സഹായിക്കാനും കടക്കാരന്റെ അവകാശങ്ങളും ബാധ്യതകളും മനസ്സിലാക്കാൻ സഹായിക്കാനും കഴിയും.

പിണയക്കാർ മീറ്റിംഗ്

പിണയക്കാർ മീറ്റിംഗ് സാധാരണയായി ഒരു സമാധാനപരമായ അന്തരീക്ഷത്തിൽ നടത്തുന്നു. കടക്കാരനും കടക്കാരനും പരസ്പരം ബഹുമാനത്തോടെ പെരുമാറണം. ചർച്ചകളുടെ ലക്ഷ്യം ഒരു കരാറിലേത്തുക എന്നതാണ്, ഇത് രണ്ട് ഭാഗങ്ങൾക്കും പ്രയോജനകരമാകണം.

ചർച്ചകളുടെ ആദ്യ ഘട്ടത്തിൽ, കടക്കാരൻ അവരുടെ കടബാധ്യതകളുടെ സാമ്പത്തിക

സ്ഥിതി കടക്കാരനോട് വിശദീകരിക്കണം. കടക്കാരൻ എത്രത്തോളം കടബാധ്യതയുണ്ട്, അവർക്ക് എത്രത്തോളം വരുമാനമുണ്ട് എന്നതിനെക്കുറിച്ച് കടക്കാരന് അറിയാൻ കഴിയണം.

കടക്കാരൻ അവരുടെ കടബാധ്യതകളുടെ കാരണങ്ങളും വിശദീകരിക്കണം. അവർക്ക് അപ്രതീക്ഷിത ചെലവുകൾ ഉണ്ടായിരുന്നോ, അവരുടെ ജോലി നഷ്ടപ്പെട്ടോ എന്നതിനെക്കുറിച്ച് കടക്കാരന് അറിയാൻ കഴിയണം.

Chapter 5: Court Hearing and Discharge: The Turning Point

അദ്ധ്യായം 5: കോടതി കേൾവിയിലും ഡിസ്ചാർജിലും: നിർണായക മുഹൂർത്തം

കടബാധ്യതാ കേൾവിക്ക് തയ്യാറെടുക്കൽ: എന്താണ് പ്രതീക്ഷിക്കേണ്ടതെന്ന് അറിഞ്ഞും എങ്ങനെ പ്രതികരിക്കണമെന്ന് മനസ്സിലാക്കിയും

ആമുഖം

കടബാധ്യതയുള്ളവർക്ക്, കടബാധ്യതാ കേൾവി ഒരു സങ്കീർണ്ണവും ഭയാനകവുമായ അനുഭവമായിരിക്കും. കേൾവിയിൽ എന്താണ് സംഭവിക്കുക എന്നതിനെക്കുറിച്ചും എങ്ങനെ മികച്ച രീതിയിൽ പ്രതികരിക്കാമെന്നതിനെക്കുറിച്ചും കടക്കാർക്ക് നല്ല അറിവുണ്ടായിരിക്കേണ്ടത് പ്രധാനമാണ്.

ഈ ലേഖനം കടബാധ്യതാ കേൾവിക്ക് തയ്യാറെടുക്കുന്നതിനുള്ള ഒരു ഗൈഡായിരിക്കും. ഇത് കേൾവിയിൽ എന്താണ് സംഭവിക്കുക എന്നതിനെക്കുറിച്ചുള്ള വിവരങ്ങൾ നൽകും, കൂടാതെ കടക്കാർക്ക് അവരുടെ കേസിൽ

വിജയിക്കാൻ സഹായിക്കുന്നതിനുള്ള ചില നുറുങ്ങുകൾ നൽകും.

കടബാധ്യതാ കേൾവിയെക്കുറിച്ചുള്ള അടിസ്ഥാനങ്ങൾ

കടബാധ്യതാ കേൾവി എന്നത് കടക്കാരനും കടക്കാരും തമ്മിലുള്ള ഒരു നീതിന്യായ പ്രക്രിയയാണ്, ഇത് കടക്കാരന്റെ കടബാധ്യതകൾ പുനഃക്രമീകരിക്കുന്നതിനുള്ള ഒരു പദ്ധതി തയ്യാറാക്കാൻ ഉദ്ദേശിച്ചുള്ളതാണ്. കേൾവി ഒരു കോടതിയുടെ മുമ്പാകെ നടക്കുന്നു, കോടതി കേസിൽ അവസാന തീരുമാനം എടുക്കുന്നു.

കേൾവിയിൽ, കടക്കാരനും കടക്കാരും അവരുടെ കാര്യങ്ങൾ അവതരിപ്പിക്കുന്നു. കടക്കാരൻ അവരുടെ കടബാധ്യതകളുടെ കാരണങ്ങളും അവർ കടബാധ്യതകൾ തിരിച്ചടയ്ക്കാൻ എന്താണ് ചെയ്യാൻ തയ്യാറാണെന്ന് വിശദീകരിക്കുന്നു. കടക്കാരൻ അവരുടെ കടബാധ്യതകൾ തിരിച്ചടയ്ക്കാൻ കഴിയില്ലെന്ന് കോടതി വിശ്വസിക്കുന്നുവെങ്കിൽ, അത് ഒരു പുനഃക്രമീകരണ പദ്ധതിയിൽ സമ്മതിക്കാൻ കടക്കാരനെ നിർബന്ധിക്കും.

കടബാധ്യതാ കേൾവിക്ക് തയ്യാറെടുക്കൽ

കടബാധ്യതാ കേൾവിക്ക് തയ്യാറെടുക്കുന്നത് പ്രധാനമാണ്. ഇത് കേൾവിയിൽ എന്താണ്

സംഭവിക്കുക എന്നതിനെക്കുറിച്ച് കടക്കാർക്ക് നല്ല അറിവുണ്ടായിരിക്കേണ്ടത് പ്രധാനമാണ്, കൂടാതെ അവരുടെ കേസിൽ വിജയിക്കാൻ സഹായിക്കുന്നതിനുള്ളതിനുള്ള ഒരു നയം വികസിപ്പിക്കാൻ കഴിയണം.

കടബാധ്യതാ കേൾവിക്ക് തയ്യാറെടുക്കുന്നതിനുള്ള ചില നുറുങ്ങുകൾ ഇതാ:

- ഒരു അഭിഭാഷകനെ നിയമിക്കുക: ഒരു അഭിഭാഷകൻ കടക്കാരന് കേൾവിക്ക് തയ്യാറെടുക്കുന്നതിൽ സഹായിക്കാനും കേസിൽ അവരുടെ പ്രതിനിധിയായി പ്രവർത്തിക്കാനും കഴിയും.
- നിങ്ങളുടെ കടബാധ്യതകളുടെ പട്ടിക തയ്യാറാക്കുക: നിങ്ങളുടെ എല്ലാ കടബാധ്യതകളും ഒരു പട്ടികയിൽ രേഖപ്പെടുത്തുക. ഇതിൽ വായ്പകൾ, ക്രെഡിറ്റ് കാർഡ് ബില്ലുകൾ, റിയൽ എസ്റ്റേറ്റ് ബാധ്യതകൾ എന്നിവ ഉൾപ്പെടുന്നു.
- നിങ്ങളുടെ വരുമാനവും ചെലവുകളും വിലയിരുത്തുക: നിങ്ങളുടെ വരുമാനവും ചെലവുകളും വിലയിരുത്തുക.

ചോദ്യങ്ങൾക്ക് ഉത്തരം നൽകുകയും തെളിവുകൾ നൽകുകയും ചെയ്യുന്നു: സുതാര്യതയും ഉത്തരവാദിത്തവും

ആമുഖം

സുതാര്യതയും ഉത്തരവാദിത്തവും ഒരു സമൂഹത്തിന്റെ അടിസ്ഥാന തത്വങ്ങളാണ്. അവ വിശ്വാസം, വിശ്വാസ്യത, നീതി എന്നിവയുടെ അടിസ്ഥാനമാണ്. സുതാര്യത എന്നാൽ വിവരങ്ങൾ തുറന്നതും ആക്സസ് ചെയ്യാൻ എളുപ്പവുമാക്കുന്നതിനുള്ള പ്രക്രിയയാണ്. ഉത്തരവാദിത്തം എന്നാൽ ഒരാളുടെ പ്രവൃത്തികളുടെ പ്രത്യാഘാതങ്ങളിൽ പങ്കാളിയാകുക എന്നതാണ്.

സുതാര്യതയും ഉത്തരവാദിത്തവും പരസ്പരം ബന്ധപ്പെട്ടിരിക്കുന്നു. സുതാര്യമായ വിവരങ്ങൾ ഉള്ളപ്പോൾ, ആളുകൾ അവരുടെ പ്രവൃത്തികളെക്കുറിച്ച് ഉത്തരവാദിത്തം വഹിക്കാൻ കൂടുതൽ സാധ്യതയുണ്ട്.

ചോദ്യങ്ങൾക്ക് ഉത്തരം നൽകുകയും തെളിവുകൾ നൽകുകയും ചെയ്യുന്നത് സുതാര്യതയുടെയും ഉത്തരവാദിത്തത്തിന്റെയും ഒരു പ്രധാന ഘടകമാണ്. ചോദ്യങ്ങൾക്ക് ഉത്തരം നൽകുമ്പോൾ, ആളുകൾ അവരുടെ പ്രവൃത്തികളെക്കുറിച്ച് തുറന്നതും

വിശദമായതുമായ വിവരങ്ങൾ നൽകുന്നു. തെളിവുകൾ നൽകുമ്പോൾ, അവർ അവരുടെ പ്രസ്താവനകളുടെ പിന്തുണയായി വസ്തുതാപരമായ വിവരങ്ങൾ നൽകുന്നു.

ചോദ്യങ്ങൾക്ക് ഉത്തരം നൽകുകയും തെളിവുകൾ നൽകുകയും ചെയ്യുന്നത് പല സന്ദർഭങ്ങളിലും പ്രധാനമാണ്. ഉദാഹരണത്തിന്, ഒരു ജോലി അഭിമുഖത്തിൽ, ഒരു അഭിമുഖാർത്ഥിക്ക് അവരുടെ കഴിവുകളും അനുഭവവും ചോദ്യങ്ങൾക്ക് ഉത്തരം നൽകേണ്ടതുണ്ട്. ഒരു കോടതി കേസിൽ, ഒരു സാക്ഷിക്ക് അവരുടെ ദൃക്സാക്ഷ്യ വിവരങ്ങൾ ചോദ്യങ്ങൾക്ക് ഉത്തരം നൽകേണ്ടതുണ്ട്. ഒരു ബിസിനസ്സ് പ്രതിനിധിക്ക് അവരുടെ കമ്പനിയുടെ ഉൽപ്പന്നങ്ങളെയോ സേവനങ്ങളെയോക്കുറിച്ച് ചോദ്യങ്ങൾക്ക് ഉത്തരം നൽകേണ്ടതുണ്ട്.

ചോദ്യങ്ങൾക്ക് ഉത്തരം നൽകുകയും തെളിവുകൾ നൽകുകയും ചെയ്യുന്നത് നന്നായി ചെയ്യുന്നതിന് ചില നുറുങ്ങുകൾ ഇതാ:

- ശ്രദ്ധാപൂർവ്വം ശ്രദ്ധിക്കുകയും ചോദ്യങ്ങൾ പൂർണ്ണമായും മനസ്സിലാക്കുകയും ചെയ്യുക.
- നിങ്ങളുടെ ഉത്തരങ്ങളിൽ സുതാര്യവും വിശദവുമായിരിക്കുക.

- തെളിവുകൾ നൽകുമ്പോൾ, അവ വിശ്വസനീയവും പിന്തുണയ്ക്കുന്നതുമാണെന്ന് ഉറപ്പാക്കുക.
- സത്യസന്ധവും നേരിട്ടുള്ളതുമായിരിക്കുക.

ചോദ്യങ്ങൾക്ക് ഉത്തരം നൽകുകയും തെളിവുകൾ നൽകുകയും ചെയ്യുന്നത് ഒരു പ്രധാന സാമൂഹിക കഴിവാണ്. ഇത് സുതാര്യതയും ഉത്തരവാദിത്തവും പ്രോത്സാഹിപ്പിക്കുന്നു, ഇത് ഒരു നല്ല സമൂഹത്തിന്റെ അടിസ്ഥാനമാണ്.

ചോദ്യങ്ങൾക്ക് ഉത്തരം നൽകുകയും തെളിവുകൾ നൽകുകയും ചെയ്യുന്നതിന്റെ ചില പ്രധാന പ്രയോജനങ്ങൾ ഇതാ:

- വിശ്വാസവും വിശ്വാസ്യതയും വർദ്ധിപ്പിക്കുന്നു.
- സുതാര്യതയും ഉത്തരവാദിത്തവും പ്രോത്സാഹിപ്പിക്കുന്നു.

അദ്ധ്യായം 13 പദ്ധതിയുടെ സ്ഥിരീകരണം (ബാധകമാണെങ്കിൽ): തീരുമാനിച്ച വ്യവസ്ഥകൾ നിറവേറ്റുന്നു

ആമുഖം

അദ്ധ്യായം 13 പുനഃക്രമീകരണ പദ്ധതി എന്നത് കടബാധ്യതയുള്ള വ്യക്തിയോ കുടുംബമോ അവരുടെ കടബാധ്യതകൾ തിരിച്ചടയ്ക്കുന്നതിനുള്ള ഒരു പദ്ധതിയാണ്. ഈ പദ്ധതി കോടതിയുടെ അംഗീകാരം ലഭിച്ചാൽ, കടക്കാരൻ പദ്ധതിയുടെ വ്യവസ്ഥകൾ പാലിക്കാൻ ബാധ്യസ്ഥനാണ്.

അദ്ധ്യായം 13 പുനഃക്രമീകരണ പദ്ധതി സ്ഥിരീകരിക്കുന്നതിന്, കോടതി പരിഗണിക്കേണ്ട ചില ഘടകങ്ങളുണ്ട്. ഈ ഘടകങ്ങൾ ഇവയാണ്:

- പദ്ധതി കടക്കാരന്റെ വരുമാനവും ചെലവുകളും അടിസ്ഥാനമാക്കിയുള്ളതാണോ?
- പദ്ധതി കടക്കാരന് കടബാധ്യതകൾ തിരിച്ചടയ്ക്കാൻ അനുവദിക്കുന്നതാണോ?
- പദ്ധതി കടക്കാരന്റെ പിണയക്കാർക്ക് ന്യായമായതാണ്

പദ്ധതിയുടെ സ്ഥിരീകരണം

കോടതി പദ്ധതി സ്ഥിരീകരിക്കുകയാണെങ്കിൽ, അത് പദ്ധതിയുടെ വ്യവസ്ഥകൾ നിറവേറ്റാൻ കടക്കാരനെ ബാധ്യസ്ഥമാക്കുന്ന ഒരു ഉത്തരവിറക്കുന്നു. ഈ ഉത്തരവ് കടക്കാരന്റെ പിണയക്കാർക്കും ബാധകമാണ്.

തീരുമാനിച്ച വ്യവസ്ഥകൾ നിറവേറ്റൽ

കടക്കാരൻ അദ്ധ്യായം 13 പുനഃക്രമീകരണ പദ്ധതിയുടെ വ്യവസ്ഥകൾ പാലിക്കാൻ ബാധ്യസ്ഥനാണ്. ഈ വ്യവസ്ഥകൾ പാലിക്കാത്തത് കോടതിയുടെ ഇടപെടലിലേക്ക് നയിച്ചേക്കാം. കോടതി പദ്ധതി റദ്ദാക്കുകയോ കടക്കാരനെ പീഡനത്തിൽ പ്രവേശിപ്പിക്കുകയോ ചെയ്യാം.

കടക്കാരൻ പാലിക്കേണ്ട ചില പ്രധാന വ്യവസ്ഥകൾ ഇവയാണ്:

- പദ്ധതിയുടെ തിരിച്ചടവ് സ്കീം പാലിക്കുക.
- കോടതി നിശ്ചയിച്ചിട്ടുള്ള എല്ലാ ഫീസും അടയ്ക്കുക.
- കോടതി നിശ്ചയിച്ചിട്ടുള്ള എല്ലാ റിപ്പോർട്ടുകളും സമർപ്പിക്കുക.

കടക്കാരൻ പദ്ധതിയുടെ വ്യവസ്ഥകൾ പാലിക്കാത്തതിനുള്ള ചില പ്രത്യാഘാതങ്ങൾ ഇവയാണ്:

- പദ്ധതി റദ്ദാക്കുക.
- കടക്കാരനെ പീഡനത്തിൽ പ്രവേശിപ്പിക്കുക.
- കടക്കാരന്റെ വരുമാനത്തിൽ നിന്ന് തിരിച്ചടവ് നിർബന്ധിക്കുക.

അദ്ധ്യായം 13 പുനഃക്രമീകരണ പദ്ധതിയുടെ വ്യവസ്ഥകൾ പാലിക്കുന്നത് കടക്കാരന് പല ഗുണങ്ങളും നൽകുന്നു. ഈ വ്യവസ്ഥകൾ പാലിക്കുന്നത് കടക്കാരന് കടബാധ്യതകൾ തിരിച്ചടയ്ക്കാൻ സഹായിക്കുകയും അവരുടെ സാമ്പത്തിക സ്ഥിതി മെച്ചപ്പെടുത്താൻ സഹായിക്കുകയും ചെയ്യുന്നു.

കടബാധ്യത തീർപ്പ് ലഭിക്കൽ: പുതിയ തുടക്കവും സാമ്പത്തിക സ്വാതന്ത്ര്യവും

ആമുഖം

കടബാധ്യതയുള്ളവർക്ക്, കടബാധ്യത തീർപ്പ് ലഭിക്കുന്നത് ഒരു പുതിയ തുടക്കത്തിന്റെ പ്രതീകമാണ്. കടബാധ്യതകൾ തിരിച്ചടയ്ക്കുന്നതിന്റെ ബാധ്യതയിൽ നിന്ന് മോചിതരാകുന്നത് കടക്കാർക്ക് സാമ്പത്തിക സ്വാതന്ത്ര്യവും സമാധാനവും നൽകുന്നു.

കടബാധ്യത തീർപ്പിന്റെ പ്രാധാന്യം

കടബാധ്യത തീർപ്പ് ലഭിക്കുന്നതിന്, കടക്കാരൻ കോടതിയുടെ അനുമതിയോടെ ഒരു പുനഃക്രമീകരണ പദ്ധതി തയ്യാറാക്കണം. ഈ പദ്ധതി കടക്കാരന്റെ വരുമാനവും ചെലവുകളും
അടിസ്ഥാനമാക്കിയുള്ളതാണെങ്കിൽ, കോടതി പദ്ധതി സ്ഥിരീകരിക്കുകയും കടക്കാരനെ പദ്ധതിയുടെ വ്യവസ്ഥകൾ പാലിക്കാൻ ബാധ്യസ്ഥമാക്കുകയും ചെയ്യുന്നു.

കടബാധ്യത തീർപ്പ് ലഭിക്കുന്നതിന് പല ഗുണങ്ങളുണ്ട്. ഇവയിൽ ചിലത് ഇവയാണ്:

- കടബാധ്യതകൾ തിരിച്ചടയ്ക്കുന്നതിന്റെ ബാധ്യതയിൽ നിന്ന് മോചനം.
- സാമ്പത്തിക സ്വാതന്ത്ര്യം.

- കൂടുതൽ ഉയർന്ന ക്രെഡിറ്റ് സ്കോർ.
- പുതിയ സാമ്പത്തിക അവസരങ്ങൾ.

കടബാധ്യത തീർപ്പ് ലഭിക്കുന്നതിനുള്ള പ്രക്രിയ

കടബാധ്യത തീർപ്പ് ലഭിക്കുന്നതിനുള്ള പ്രക്രിയ പല ഘട്ടങ്ങൾ ഉൾക്കൊള്ളുന്നു. ഈ ഘട്ടങ്ങൾ ഇവയാണ്:

1. ഒരു അഭിഭാഷകനെ നിയമിക്കുക. ഒരു അഭിഭാഷകൻ കടക്കാരന് കടബാധ്യത തീർപ്പ് പ്രക്രിയയിൽ സഹായിക്കാൻ കഴിയും.
2. കടബാധ്യതകളുടെ പട്ടിക തയ്യാറാക്കുക. കടക്കാരൻ അവരുടെ എല്ലാ കടബാധ്യതകളും ഒരു പട്ടികയിൽ രേഖപ്പെടുത്തണം.
3. വരുമാനവും ചെലവുകളും വിലയിരുത്തുക. കടക്കാരൻ അവരുടെ വരുമാനവും ചെലവുകളും വിലയിരുത്തണം.
4. ഒരു പുനഃക്രമീകരണ പദ്ധതി തയ്യാറാക്കുക. കടക്കാരനും അഭിഭാഷകനും ഒരു പുനഃക്രമീകരണ പദ്ധതി തയ്യാറാക്കണം.
5. കോടതിയിൽ ഒരു കേസ് നൽകുക. കടക്കാരൻ കോടതിയിൽ ഒരു കേസ് നൽകണം, അവിടെ കോടതി

പുനഃക്രമീകരണ പദ്ധതി സ്ഥിരീകരിക്കുന്നു.

കടബാധ്യത തീർപ്പ് ലഭിച്ച ശേഷം

കടബാധ്യത തീർപ്പ് ലഭിച്ച ശേഷം, കടക്കാർ പുതിയ തുടക്കം തുടങ്ങാൻ തയ്യാറാകണം. ഇത് ചെയ്യുന്നതിന്, കടക്കാർക്ക് ചില കാര്യങ്ങൾ ചെയ്യേണ്ടതുണ്ട്. ഇവയിൽ ചിലത് ഇവയാണ്:

- കടബാധ്യത തീർപ്പ് ലഭിച്ചതിന്റെ രേഖകൾ സൂക്ഷിക്കുക.
- നിങ്ങളുടെ സാമ്പത്തിക നിലവാരം മെച്ചപ്പെടുത്തുന്നതിനുള്ള പദ്ധതികൾ വികസിപ്പിക്കുക.
- നിങ്ങളുടെ ക്രെഡിറ്റ് സ്കോർ മെച്ചപ്പെടുത്തുന്നതിന് പ്രവർത്തിക്കുക.

Chapter 6: Rebuilding and Beyond: A New Chapter Begins

അദ്ധ്യായം 6: പുനർനിർമ്മാണവും അതിനപ്പുറവും: പുതിയൊരു അദ്ധ്യായം ആരംഭിക്കുന്നു

ക്രെഡിറ്റ് സ്കോർ പുനർനിർമ്മിക്കൽ: ഉത്തരവാദപരമായ സാമ്പത്തിക നിർവഹണത്തിനുള്ള തന്ത്രങ്ങൾ

ആമുഖം

ക്രെഡിറ്റ് സ്കോർ എന്നത് ഒരു വ്യക്തിയുടെ അല്ലെങ്കിൽ കുടുംബത്തിന്റെ കടം തിരിച്ചടയ്ക്കാനുള്ള കഴിവിന്റെ അളക്കാഴ്ചയാണ്. ക്രെഡിറ്റ് സ്കോർ ഉയർന്നതാണെങ്കിൽ, കടക്കാരന് കടങ്ങൾ തിരിച്ചടയ്ക്കാനുള്ള സാധ്യത കൂടുതലാണ്. ക്രെഡിറ്റ് സ്കോർ കുറഞ്ഞതാണെങ്കിൽ, കടക്കാരന് കടങ്ങൾ തിരിച്ചടയ്ക്കാൻ പ്രയാസമാണ്.

ക്രെഡിറ്റ് സ്കോർ കുറഞ്ഞാൽ, കടങ്ങൾ ലഭിക്കുന്നത് ബുദ്ധിമുട്ടായിരിക്കാം. കൂടാതെ, ഉയർന്ന പലിശ നിരക്കുകൾ, കുറഞ്ഞ വായ്പ പരിധി എന്നിവയ്ക്ക് കാരണമാകും. ക്രെഡിറ്റ്

സ്കോർ പുനർനിർമ്മിക്കുന്നത് ബുദ്ധിമുട്ടാണ്, പക്ഷേ അസാധ്യമല്ല. ഉത്തരവാദപരമായ സാമ്പത്തിക നിർവഹണത്തിലൂടെ, ക്രെഡിറ്റ് സ്കോർ മെച്ചപ്പെടുത്താൻ കഴിയും.

ക്രെഡിറ്റ് സ്കോർ പുനർനിർമ്മിക്കുന്നതിനുള്ള തന്ത്രങ്ങൾ

ക്രെഡിറ്റ് സ്കോർ പുനർനിർമ്മിക്കുന്നതിനുള്ള ചില തന്ത്രങ്ങൾ ഇതാ:

- നിങ്ങളുടെ കടബാധ്യതകൾ തിരിച്ചടയ്ക്കുക. നിങ്ങളുടെ കടബാധ്യതകളുടെ തുകയും തിരിച്ചടവ് ചരിത്രവും ക്രെഡിറ്റ് സ്കോറയെ ഗണ്യമായി ബാധിക്കുന്നു. കടബാധ്യതകൾ തിരിച്ചടയ്ക്കുന്നത് നിങ്ങളുടെ ക്രെഡിറ്റ് സ്കോർ മെച്ചപ്പെടുത്തുന്നതിനുള്ള ഏറ്റവും നല്ല മാർഗമാണ്.
- നിങ്ങളുടെ തിരിച്ചടവ് ചരിത്രം മെച്ചപ്പെടുത്തുക. തിരിച്ചടവുകൾ പതിവായി അടയ്ക്കുകയും പേയ്മെന്റുകൾ നേരത്തെയോ പൂർണ്ണമായും അടയ്ക്കുകയും ചെയ്യുന്നത് നിങ്ങളുടെ തിരിച്ചടവ് ചരിത്രം മെച്ചപ്പെടുത്താൻ സഹായിക്കും.
- നിങ്ങളുടെ ക്രെഡിറ്റ് കാർഡ് ഉപയോഗം പരിമിതപ്പെടുത്തുക. നിങ്ങളുടെ ക്രെഡിറ്റ് കാർഡ് ഉപയോഗം പരിമിതപ്പെടുത്തുന്നത്

നിങ്ങളുടെ ക്രെഡിറ്റ് ഉപയോഗത്തിന്റെ അനുപാതം കുറയ്ക്കാൻ സഹായിക്കും. ക്രെഡിറ്റ് ഉപയോഗത്തിന്റെ അനുപാതം കുറയുന്നത് നിങ്ങളുടെ ക്രെഡിറ്റ് സ്കോർ മെച്ചപ്പെടുത്തും.

- നിങ്ങളുടെ ക്രെഡിറ്റ് റിപ്പോർട്ട് തെറ്റുകൾ പരിശോധിക്കുക. നിങ്ങളുടെ ക്രെഡിറ്റ് റിപ്പോർട്ടിൽ തെറ്റുകൾ ഉണ്ടെങ്കിൽ, അവ പരിഹരിക്കാൻ കഴിയുമെങ്കിൽ, അത് ചെയ്യുക. ക്രെഡിറ്റ് റിപ്പോർട്ടിലെ തെറ്റുകൾ നിങ്ങളുടെ ക്രെഡിറ്റ് സ്കോറിനെ നെഗറ്റീവായി ബാധിച്ചേക്കാം.
- പുതിയ ക്രെഡിറ്റ് ഉപകരണങ്ങൾ നേടുന്നത് ഒഴിവാക്കുക. നിങ്ങളുടെ ക്രെഡിറ്റ് സ്കോർ പുനർനിർമ്മിക്കുന്നതിനിടെ, പുതിയ ക്രെഡിറ്റ് ഉപകരണങ്ങൾ നേടുന്നത് ഒഴിവാക്കുക. പുതിയ ക്രെഡിറ്റ് ഉപകരണങ്ങൾ ഉപയോഗിക്കുന്നത് നിങ്ങളുടെ ക്രെഡിറ്റ് ഉപയോഗത്തിന്റെ അനുപാതം വർദ്ധിപ്പിക്കുകയും നിങ്ങള

ഫലപ്രദമായി ബജറ്റിംഗും സാമ്പത്തിക കാര്യങ്ങൾ നിയന്ത്രിക്കലും: ഭാവി സാമ്പത്തിക തിരിച്ചടികൾ തടയുന്നു

ആമുഖം

സാമ്പത്തിക തിരിച്ചടികൾ ആരുടെയും ജീവിതത്തെ ബാധിക്കാൻ കഴിയും. തൊഴിൽ നഷ്ടം, ആരോഗ്യ പ്രശ്നങ്ങൾ, അപ്രതീക്ഷിത ചെലവുകൾ എന്നിവ കാരണം ആളുകൾക്ക് സാമ്പത്തിക ബുദ്ധിമുട്ടുകൾ നേരിടാം. ഫലപ്രദമായ ബജറ്റിംഗും സാമ്പത്തിക കാര്യങ്ങൾ നിയന്ത്രണത്തിലാക്കലും ഭാവി സാമ്പത്തിക തിരിച്ചടികളെ തടയാൻ സഹായിക്കും.

ബജറ്റിംഗ് എന്താണ്?

ബജറ്റിംഗ് എന്നത് നിങ്ങളുടെ വരുമാനവും ചെലവുകളും ട്രാക്ക് ചെയ്യുന്ന ഒരു പ്രക്രിയയാണ്. നിങ്ങളുടെ ബജറ്റ് നിങ്ങളുടെ വരുമാനത്തേക്കാൾ കൂടുതൽ ചെലവഴിക്കാതിരിക്കാൻ സഹായിക്കും.

സാമ്പത്തിക കാര്യങ്ങൾ നിയന്ത്രണത്തിലാക്കുന്നതെങ്ങനെ?

സാമ്പത്തിക കാര്യങ്ങൾ നിയന്ത്രണത്തിലാക്കുന്നതിനുള്ള ചില കാര്യങ്ങൾ ഇതാ:

- നിങ്ങളുടെ വരുമാനവും ചെലവുകളും ട്രാക്ക് ചെയ്യുക.
- നിങ്ങളുടെ ചെലവുകൾ കുറയ്ക്കാൻ മാർഗങ്ങൾ കണ്ടെത്തുക.
- നിങ്ങളുടെ ഭാവി ആവശ്യങ്ങൾക്കായി പണം സമ്പാദിക്കുക.

ഫലപ്രദമായ ബജറ്റിംഗിന്റെ പ്രയോജനങ്ങൾ

ഫലപ്രദമായ ബജറ്റിംഗിന്റെ ചില പ്രയോജനങ്ങൾ ഇതാ:

- നിങ്ങളുടെ വരുമാനത്തേക്കാൾ കൂടുതൽ ചെലവഴിക്കാതിരിക്കാൻ സഹായിക്കുന്നു.
- നിങ്ങളുടെ സാമ്പത്തിക ലക്ഷ്യങ്ങൾ കൈവരിക്കാൻ സഹായിക്കുന്നു.
- സാമ്പത്തിക തിരിച്ചടികളെ തടയാൻ സഹായിക്കുന്നു.

ഫലപ്രദമായ സാമ്പത്തിക കാര്യങ്ങൾ നിയന്ത്രണത്തിലാക്കുന്നതിനുള്ള പ്രയോജനങ്ങൾ

ഫലപ്രദമായ സാമ്പത്തിക കാര്യങ്ങൾ നിയന്ത്രണത്തിലാക്കുന്നതിനുള്ള ചില പ്രയോജനങ്ങൾ ഇതാ:

- നിങ്ങളുടെ സാമ്പത്തിക സ്ഥിതി മെച്ചപ്പെടുത്താൻ സഹായിക്കുന്നു.

- നിങ്ങളുടെ ഭാവി ആവശ്യങ്ങൾക്കായി പണം സമ്പാദിക്കാൻ സഹായിക്കുന്നു.
- സാമ്പത്തിക സുരക്ഷിതത്വം നൽകുന്നു.

ഭാവി സാമ്പത്തിക തിരിച്ചടികളെ തടയുന്നതിന്

ഭാവി സാമ്പത്തിക തിരിച്ചടികളെ തടയാൻ സഹായിക്കുന്നതിന് നിങ്ങൾക്ക് ചെയ്യാൻ കഴിയുന്ന ചില കാര്യങ്ങൾ ഇതാ:

- ഫലപ്രദമായ ബജറ്റ് ഉണ്ടാക്കുക.
- നിങ്ങളുടെ ചെലവുകൾ കുറയ്ക്കാൻ മാർഗങ്ങൾ കണ്ടെത്തുക.
- നിങ്ങളുടെ ഭാവി ആവശ്യങ്ങൾക്കായി പണം സമ്പാദിക്കുക.

ഫലപ്രദമായ ബജറ്റിംഗും സാമ്പത്തിക കാര്യങ്ങൾ നിയന്ത്രണത്തിലാക്കലും നിങ്ങളുടെ സാമ്പത്തിക സുരക്ഷയ്ക്ക് വളരെ പ്രധാനമാണ്. ഇത് ഭാവി സാമ്പത്തിക തിരിച്ചടികളെ തടയാനും നിങ്ങളുടെ സാമ്പത്തിക ലക്ഷ്യങ്ങൾ കൈവരിക്കാനും സഹായിക്കും.

ക്രെഡിറ്റ് കുഴികളും തട്ടിപ്പുകളും ഒഴിവാക്കുന്നു: സാമ്പത്തിക സുരക്ഷ ഉറപ്പാക്കുന്നു

ആമുഖം

ക്രെഡിറ്റ് കുഴി എന്നത് ഒരു വ്യക്തിക്ക് കടം തിരിച്ചടയ്ക്കാൻ കഴിയാത്ത അവസ്ഥയാണ്. ഇത് സാമ്പത്തികമായി തകർച്ചയിലേക്ക് നയിച്ചേക്കാം. തട്ടിപ്പ് എന്നത് ഒരു വ്യക്തിയിൽ നിന്ന് പണം അല്ലെങ്കിൽ മറ്റ് വിലയേറിയ വസ്തുക്കൾ നേടുന്നതിനായി ഉപയോഗിക്കുന്ന ഒരു കൃത്രിമ ട്രിക്ക് അല്ലെങ്കിൽ ചതിയാണ്.

ക്രെഡിറ്റ് കുഴികളും തട്ടിപ്പുകളും ഒഴിവാക്കുന്നത് സാമ്പത്തിക സുരക്ഷയ്ക്ക് വളരെ പ്രധാനമാണ്. ഇത് നിങ്ങളുടെ വരും ജീവിതത്തെ ബാധിക്കാം.

ക്രെഡിറ്റ് കുഴികളെക്കുറിച്ച്

ക്രെഡിറ്റ് കുഴിയിലേക്ക് നയിക്കുന്ന ചില കാരണങ്ങൾ ഇതാ:

- അമിതമായ ചെലവ്: നിങ്ങളുടെ വരുമാനത്തേക്കാൾ കൂടുതൽ ചെലവഴിക്കുന്നത് ക്രെഡിറ്റ് കുഴിയിലേക്ക് നയിച്ചേക്കാം.
- ഉയർന്ന പലിശ നിരക്കുകൾ: നിങ്ങളുടെ കടങ്ങൾക്ക് ഉയർന്ന പലിശ നിരക്കുകൾ

നൽകുന്നത് ക്രെഡിറ്റ് കുഴിയിലേക്ക് നയിച്ചേക്കാം.

- അപ്രതീക്ഷിത ചെലവുകൾ: ആരോഗ്യ പ്രശ്നങ്ങൾ, തൊഴിൽ നഷ്ടം അല്ലെങ്കിൽ മറ്റ് അപ്രതീക്ഷിത ചെലവുകൾ ക്രെഡിറ്റ് കുഴിയിലേക്ക് നയിച്ചേക്കാം.

ക്രെഡിറ്റ് കുഴികളിൽ നിന്ന് രക്ഷപ്പെടാൻ ചെയ്യാവുന്ന ചില കാര്യങ്ങൾ ഇതാ:

- നിങ്ങളുടെ വരുമാനവും ചെലവുകളും ട്രാക്ക് ചെയ്യുക.
- നിങ്ങളുടെ കടങ്ങൾ കുറയ്ക്കുന്നതിന് ഒരു പദ്ധതി ഉണ്ടാക്കുക.
- ഉയർന്ന പലിശ നിരക്കുള്ള കടങ്ങൾ കുറയ്ക്കാൻ ശ്രമിക്കുക.
- അപ്രതീക്ഷിത ചെലവുകൾക്കായി ഒരു സംഭരണം സൃഷ്ടിക്കുക.

തട്ടിപ്പുകളെക്കുറിച്ച്

തട്ടിപ്പുകളിൽ നിന്ന് രക്ഷപ്പെടാൻ ചെയ്യാവുന്ന ചില കാര്യങ്ങൾ ഇതാ:

- സൂക്ഷ്മത പാലിക്കുക: നിങ്ങളെ അപേക്ഷിക്കുന്ന എല്ലാ വാഗ്ദാനങ്ങളും വാഗ്ദാനങ്ങളും സംശയിക്കുക.

- പഠിക്കുക: തട്ടിപ്പുകളെക്കുറിച്ച് പഠിക്കുക, അതിനാൽ നിങ്ങൾ അവയെ തിരിച്ചറിയാൻ കഴിയും.
- അന്വേഷിക്കുക: നിങ്ങൾക്ക് സംശയമുണ്ടെങ്കിൽ, അത് പരിശോധിക്കാൻ സമയം എടുക്കുക.

സാമ്പത്തിക സുരക്ഷ ഉറപ്പാക്കുന്നതിനായി

ക്രെഡിറ്റ് കുഴികളും തട്ടിപ്പുകളും ഒഴിവാക്കുന്നത് സാമ്പത്തിക സുരക്ഷ ഉറപ്പാക്കുന്നതിനുള്ള ഒരു പ്രധാന ഘട്ടമാണ്. നിങ്ങൾക്ക് ചെയ്യാൻ കഴിയുന്ന ചില കാര്യങ്ങൾ ഇതാ:

- നിങ്ങളുടെ വരുമാനവും ചെലവുകളും ട്രാക്ക് ചെയ്യുക.
- നിങ്ങളുടെ സാമ്പത്തിക ലക്ഷ്യങ്ങൾ സജ്ജമാക്കുക.
- പണം സമ്പാദിക്കാൻ മാർഗങ്ങൾ കണ്ടെത്തുക.
- നിങ്ങളുടെ കടങ്ങൾ കുറയ്ക്കുക.
- സാമ്പത്തിക വിദ്യാഭ്യാസം നേടുക.

ക്രെഡിറ്റ് കുഴികളും തട്ടിപ്പുകളും ഒഴിവാക്കുന്നതിന് നിങ്ങളുടെ സമയവും ശ്രമവും ചെലവഴിക്കുന്നത് നിങ്ങളുടെ ഭാവി സാമ്പ

വിജയകഥകൾ പങ്കിടുകയും മറ്റുള്ളവരെ പിന്തുണക്കുകയും ചെയ്യുന്നു: ക്ഷമതയുടെ ഒരു സമൂഹം നിർമ്മിക്കുന്നു

ആമുഖം

വിജയകഥകൾ നമ്മെ പ്രചോദിപ്പിക്കുകയും നമ്മുടെ സ്വന്തം ലക്ഷ്യങ്ങൾ കൈവരിക്കാൻ ധൈര്യവും ഉറച്ച നിശ്ചയവും നൽകുകയും ചെയ്യുന്നു. മറ്റുള്ളവരെ പിന്തുണയ്ക്കുന്നത് അവർക്ക് പ്രതീക്ഷയും പിന്തുണയും നൽകുന്നു. വിജയകഥകൾ പങ്കിടുകയും മറ്റുള്ളവരെ പിന്തുണക്കുകയും ചെയ്യുന്നത് ക്ഷമതയുടെ ഒരു സമൂഹം നിർമ്മിക്കാൻ സഹായിക്കുന്നു.

വിജയകഥകൾ നമ്മെ എങ്ങനെ പ്രചോദിപ്പിക്കുന്നു

വിജയകഥകൾ നമ്മെ പ്രചോദിപ്പിക്കുന്നതിന് കാരണങ്ങളുണ്ട്:

- അവർ നമ്മുടെ സ്വന്തം ലക്ഷ്യങ്ങൾ കൈവരിക്കാൻ കഴിയുമെന്ന പ്രതീക്ഷ നൽകുന്നു.
- അവർ നമ്മെ പരാജയങ്ങളിൽ നിന്ന് മുന്നോട്ട് പോകാൻ പ്രോത്സാഹിപ്പിക്കുന്നു.
- അവർ നമ്മെ കൂടുതൽ ഉത്തരവാദിത്തമുള്ളവരും പ്രവർത്തനക്ഷമരുമാക്കുന്നു.

മറ്റുള്ളവരെ പിന്തുണയ്ക്കുന്നത് എങ്ങനെ ക്ഷമതയെ പ്രോത്സാഹിപ്പിക്കുന്നു

മറ്റുള്ളവരെ പിന്തുണയ്ക്കുന്നത് ക്ഷമതയെ പ്രോത്സാഹിപ്പിക്കുന്നതിന് കാരണങ്ങളുണ്ട്:

- അത് അവരെ പരാജയങ്ങളിൽ നിന്ന് മുന്നോട്ട് പോകാൻ സഹായിക്കുന്നു.
- അത് അവരെ അവരുടെ സ്വന്തം ലക്ഷ്യങ്ങൾ കൈവരിക്കാൻ പ്രോത്സാഹിപ്പിക്കുന്നു.
- അത് അവരെ കൂടുതൽ ഉത്തരവാദിത്തമുള്ളവരും പ്രവർത്തനക്ഷമരുമാക്കുന്നു.

വിജയകഥകൾ പങ്കിടാനും മറ്റുള്ളവരെ പിന്തുണയ്ക്കാനും നിങ്ങൾക്ക് ചെയ്യാൻ കഴിയുന്ന ചില കാര്യങ്ങൾ ഇതാ:

- നിങ്ങളുടെ സ്വന്തം വിജയകഥ പങ്കിടുക.
- മറ്റുള്ളവരുടെ വിജയകഥകൾ വായിക്കുകയോ കാണുകയോ ചെയ്യുക.
- മറ്റുള്ളവരെ അവരുടെ ലക്ഷ്യങ്ങൾ കൈവരിക്കാൻ പ്രോത്സാഹിപ്പിക്കുക.
- മറ്റുള്ളവരുടെ പരാജയങ്ങളിൽ ക്ഷമയോടെ കാണുക.

ക്ഷമതയുടെ ഒരു സമൂഹം നിർമ്മിക്കാൻ വിജയകഥകൾ പങ്കിടുകയും മറ്റുള്ളവരെ പിന്തുണയ്ക്കുകയും ചെയ്യുന്നത് ഒരു പ്രധാന മാർഗമാണ്. ഇത് നമ്മുടെ സമൂഹത്തെ കൂടുതൽ ഉത്തരവാദിത്തമുള്ളതും സഹായകരവുമാക്കുന്നു.

തുടർച്ചയായ സാമ്പത്തിക ക്ഷേമത്തിനുള്ള ഉറവിടങ്ങളും ഉപകരണങ്ങളും: ആത്മവിശ്വാസത്തോടെ മുന്നോട്ട് നോക്കുന്നു

ആമുഖം

സാമ്പത്തിക ക്ഷേമം എന്നത് ഒരു വ്യക്തിയുടെ അല്ലെങ്കിൽ കുടുംബത്തിന്റെ സാമ്പത്തിക സ്ഥിരതയുടെയും സുരക്ഷിതത്വത്തിന്റെയും ഒരു അവസ്ഥയാണ്. ഇത് ഒരു ആത്മവിശ്വാസവും സന്തോഷവും നിറഞ്ഞ ജീവിതത്തിന് അടിസ്ഥാനമാണ്.

തുടർച്ചയായ സാമ്പത്തിക ക്ഷേമം നേടുന്നത് എളുപ്പമല്ല. ഇത് ധാരാളം പണവും പ്രയത്നവും ആവശ്യമാണ്. എന്നിരുന്നാലും, ലഭ്യമായ നിരവധി ഉറവിടങ്ങളും ഉപകരണങ്ങളും ഉപയോഗിച്ച്, നിങ്ങൾക്ക് നിങ്ങളുടെ സാമ്പത്തിക ക്ഷേമം മെച്ചപ്പെടുത്താനും ആത്മവിശ്വാസത്തോടെ മുന്നോട്ട് പോകാനും കഴിയും.

തുടർച്ചയായ സാമ്പത്തിക ക്ഷേമത്തിനുള്ള ഉറവിടങ്ങൾ

തുടർച്ചയായ സാമ്പത്തിക ക്ഷേമത്തിനുള്ള നിരവധി ഉറവിടങ്ങൾ ലഭ്യമാണ്. ഇവയിൽ ചിലത് ഇതാ:

- സാമ്പത്തിക വിദ്യാഭ്യാസം: സാമ്പത്തിക വിദ്യാഭ്യാസം നിങ്ങളുടെ സാമ്പത്തിക ലക്ഷ്യങ്ങൾ കൈവരിക്കാൻ ആവശ്യമായ അടിസ്ഥാന അറിവും കഴിവുകളും നൽകുന്നു.

- സാമ്പത്തിക പദ്ധതി: ഒരു സാമ്പത്തിക പദ്ധതി നിങ്ങളുടെ വരുമാനവും ചെലവുകളും ട്രാക്ക് ചെയ്യാനും നിങ്ങളുടെ ലക്ഷ്യങ്ങൾ കൈവരിക്കാൻ ഒരു മാർഗം സൃഷ്ടിക്കാനും സഹായിക്കുന്നു.

- സാമ്പത്തിക സേവനങ്ങൾ: സാമ്പത്തിക സേവനങ്ങൾ നിങ്ങൾക്ക് നിങ്ങളുടെ സാമ്പത്തിക ലക്ഷ്യങ്ങൾ കൈവരിക്കാൻ സഹായിക്കാൻ കഴിയുന്ന വിദഗ്ധരുടെ ഒരു സംഘമാണ്.

തുടർച്ചയായ സാമ്പത്തിക ക്ഷേമത്തിനുള്ള ഉപകരണങ്ങൾ

തുടർച്ചയായ സാമ്പത്തിക ക്ഷേമത്തിനുള്ള നിരവധി ഉപകരണങ്ങൾ ലഭ്യമാണ്. ഇവയിൽ ചിലത് ഇതാ:

- ബജറ്റ് ചെയ്യൽ സോഫ്റ്റ്വെയർ: ബജറ്റ് ചെയ്യൽ സോഫ്റ്റ്വെയർ നിങ്ങളുടെ വരുമാനവും ചെലവുകളും ട്രാക്ക് ചെയ്യുന്നത് എളുപ്പമാക്കുന്നു.

- ഓൺലൈൻ ഫിനാൻസ് ടൂളുകൾ: ഓൺലൈൻ ഫിനാൻസ് ടൂളുകൾ നിങ്ങളുടെ സാമ്പത്തിക സ്ഥിതി വിലയിരുത്താനും നിങ്ങളുടെ ലക്ഷ്യങ്ങൾ കൈവരിക്കുന്നതിനുള്ള മാർഗങ്ങൾ കണ്ടെത്താനും സഹായിക്കുന്നു.

- സാമ്പത്തിക വിവര സോഴ്സുകൾ: സാമ്പത്തിക വിവര സോഴ്സുകൾ നിങ്ങൾക്ക് സാമ്പത്തിക വിദ്യാഭ്യാസം നേടാനും നിങ്ങളുടെ സാമ്പത്തിക തീരുമാനങ്ങൾ എടുക്കാൻ സഹായിക്കുന്ന വിവരങ്ങൾ കണ്ടെത്താനും സഹായിക്കുന്നു.

www.ingramcontent.com/pod-product-compliance
Lightning Source LLC
LaVergne TN
LVHW051122051026
849532LV00004BB/1647
* 9 7 9 8 8 6 9 0 9 2 0 6 9 *